ഉപ്പുസമരം

uppusamaram
children's literature

•

payyanur kunjiraman

•

first edition
july 2017

•

second edition
september 2018

•

third edition
march 2020

•

second impression
january 2021

•

typesetting & published
chintha publishers, thiruvananthapuram

•

cover
midas

Distribution
DESHABHIMANI BOOK HOUSE
H O Thiruvananthapuram 695035
phone: 0471-2303026, 6063026
Email: chinthapublishers@gmail.com
Website: www.chinthapublishers.com

Branch
Head Office Kunnukuzhi • Statue Thiruvananthapuram • KSRTC Bus Station Alappuzha • KSRTC Bus Station Ernakulam • Machingal Lane Thrissur • IG Road Kozhikode • Mavoor Road Kozhikode • NGO Union Building Kannur • Central Bus Terminal Complex Thavakkara Kannur

CR - 2254 / 5321
ISBN - 978-93-86637-00-0

ഉപ്പുസമരം

(ബാലസാഹിത്യം)

പയ്യന്നൂർ കുഞ്ഞിരാമൻ

ചിന്ത പബ്ലിഷേഴ്സ്
തിരുവനന്തപുരം-695 035

പയ്യന്നൂർ കുഞ്ഞിരാമൻ

പയ്യന്നൂരിൽ മഹാദേവഗ്രാമത്തിനടുത്ത രാമനാത്ത് വീട്ടിൽ ജനനം. പ്രാഥമികവിദ്യാഭ്യാസം കഴിഞ്ഞ് തൊഴിലാളിയായി. പ്രൈവറ്റായി പഠിച്ച് ബിരുദങ്ങൾ നേടി. ഹൈസ്കൂൾ അദ്ധ്യാപകനായി. തളിപ്പറമ്പ് മൂത്തേടത്ത് ഹൈസ്കൂളിൽ നിന്ന് വിരമിച്ചു. പുരോഗമനകലാസാഹിത്യസംഘം സംസ്ഥാന കമ്മിറ്റിയംഗമാണ്. സാക്ഷരതാമിഷൻ എക്സിക്യൂട്ടീവ് അംഗമായും പ്രവർത്തിച്ചു. വിവർത്തനം, ചരിത്രം, ജീവചരിത്രം, ബാലസാഹിത്യം തുടങ്ങിയ മേഖലകളിലായി 57 കൃതികൾ പ്രസിദ്ധീകരിച്ചിട്ടുണ്ട്. ചിന്ത പുറത്തിറക്കുന്ന പതിനാറാമത്തെ ഗ്രന്ഥമാണിത്. 2005 ൽ അബുദാബി ശക്തി അവാർഡ് ലഭിച്ചു.

ചിന്ത പുറത്തിറക്കിയ കൃതികൾ: *ചാർവാകൻ* (നോവൽ), *പിറവി, നിരഞ്ജനയുടെ കഥകൾ, കാവേരി എന്റെ രക്തം* (വിവർത്തനം), *ഒരേയൊരു പി ജി – ജീവചരിത്രം, ഒറ്റക്കാലൻ ഞണ്ട്, ഏലംകുളത്തെ കുഞ്ചു, എനിക്കും വേണം സ്വാതന്ത്ര്യം, കളിയാട്ടക്കഥകൾ, കൃതികൾ കഥകൾ, കുട്ടികളുടെ നായനാർ, പുരാണത്തിലെ അമ്മമാർ, പുരാണത്തിലെ കുട്ടികൾ, ബീർബലിന്റെ തമാശകൾ, ഇ എം എസ് കഥകൾ* (ബാലസാഹിത്യം).

ഭാര്യ : സത്യഭാമ എ കെ
മക്കൾ : സബിത, സൂരജ്

വിലാസം : 'ശ്രീഹരി'
ചാലക്കോട് പി ഒ
പയ്യന്നൂർ – 670307
കണ്ണൂർ ജില്ല
ഫോൺ : 9447209774

ഉള്ളടക്കം

പ്രസാധകക്കുറിപ്പ്

ഉപ്പുസമരം പോലെ ഉശിരുള്ള മറ്റൊരു സമരം ലോകം കണ്ടിട്ടുണ്ടാവില്ല. ഉപ്പ് ഒരു പ്രതീകമാണ്. മനുഷ്യൻ മണ്ണിന്റെ ഉപ്പാണെന്നു പറയാറുണ്ട്. പ്രകൃതി കനിവോടെ നല്കുന്ന ഉപ്പിന് ബ്രിട്ടീഷ് ഭരണം നികുതി ഏർപ്പെടുത്തിയപ്പോൾ ഒരു ജനത ഉണർന്നു. മഹാത്മാഗാന്ധി നേതൃത്വം കൊടുത്ത ഉപ്പു നിയമലംഘന സമരത്തിന്റെ ഉജ്ജ്വലമായ ഏടുകളാണ് ഈ ലഘുഗ്രന്ഥത്തിൽ. ആ സമരത്തിന്റെ അന്തസ്സത്ത ഒട്ടും ചോർന്നുപോകാതെ കുട്ടികൾക്കായി നടത്തിയിട്ടുള്ള ആഖ്യാനം മുതിർന്നവർക്കും പ്രയോജനകരമാവും. ഉപ്പു സമരത്തിന്റെ മൂന്നാം പതിപ്പാണിത്.

ചിന്ത പബ്ലിഷേഴ്സ്

1

ഉപ്പ് സമരായുധമാകുന്നു

ഇന്ത്യൻ സ്വാതന്ത്ര്യസമര ചരിത്രത്തിലെ ആവേശകരമായ അദ്ധ്യായമാണ് ഉപ്പു സത്യഗ്രഹം. കർമ്മധീരനായ ഗാന്ധിജി യുടെ സത്യാന്വേഷണ പരീക്ഷണം തന്നെയായിരുന്നു ആ സമ രം. വിദേശഭരണത്തിൻ കീഴിൽനിന്നും ഇന്ത്യൻ ജനതയെ വിമോ ചിപ്പിക്കുവാനുള്ള വഴികളെക്കുറിച്ച് ഗാന്ധിജി സദാ ചിന്തിച്ചു കൊണ്ടിരുന്നു. വിശാലമായ രാജ്യത്തിലെ വിവിധ മതവിഭാഗ ക്കാരായ ജനങ്ങളെ ഏകോപിപ്പിച്ചുകൊണ്ടേ സ്വാതന്ത്ര്യം സാദ്ധ്യമാക്കാൻ കഴിയൂ എന്നദ്ദേഹം വിശ്വസിച്ചിരുന്നു.

അഭിഭാഷകനെന്ന നിലയിൽ തെക്കെ ആഫ്രിക്കയിൽ പൊതുജീവിതം തുടങ്ങിയ വ്യക്തിയാണ് ഗാന്ധിജി. ഇന്ത്യാ ക്കാരുടെ നേർക്കുണ്ടായ അനീതിയെയും അക്രമങ്ങളെയും അദ്ദേഹം എതിർത്തു. സത്യഗ്രഹം എന്ന പദം രൂപപ്പെടുത്തി യതും അവിടെവച്ചാണ്. ഹിന്ദുക്കളും മുസ്ലീങ്ങളും ഒരുപോലെ സത്യഗ്രഹത്തിൽ പങ്കെടുത്തു. ആ ഐക്യബലം ഗാന്ധിജിക്ക് മുന്നറിവായുണ്ടായിരുന്നു.

ഇന്ത്യൻ ജനത പല മതങ്ങളിൽ വിശ്വസിക്കുന്നവരാണ്. പല ഭാഷ കൾ സംസാരിക്കുന്നു. ഭിന്നങ്ങളായ ആചാരരീതി കൾ പുലർത്തുന്നു. അവർക്കിടയിൽ ലക്ഷ്യങ്ങളെ സംബന്ധിച്ച

പരിപൂർണ്ണ യോജിപ്പുണ്ടാകണം. ഫലപ്രദമായ ഒരു സത്യഗ്രഹത്തിന് ഈ യോജിപ്പ് അനിവാര്യമാണെന്ന് ഗാന്ധിജി തിരിച്ചറിഞ്ഞിരുന്നു. ഉപ്പിന് ഈ ഐക്യബലം ഉണ്ടെന്നാണദ്ദേഹം ബോദ്ധ്യപ്പെടുത്തിയത്.

ദേശീയ പ്രസ്ഥാനത്തിന്റെ നേതൃത്വത്തിലേക്ക് പെട്ടെന്നുദിച്ചുയർന്ന സൂര്യപ്രഭയായിരുന്നു ഗാന്ധിജി. അദ്ദേഹം ചെന്നിടത്തെല്ലാം ആ പ്രസരിപ്പ് കളിയാടി. ജനതയെ ആ സാന്നിദ്ധ്യം ഇളക്കിമറിച്ചു.... വെണ്ണിക്കുളം പാടുന്നു.....

ആ മെലിഞ്ഞ ശരീരത്തി-
ലലതല്ലിയ ശക്തിയാൽ
ആകെയൊന്നിളകീ രാജ്യം
കൊടുങ്കാറ്റേറ്റൊരാഴി പോൽ
അടികൊണ്ടാൽ ചിരിക്കുന്നോൻ
കുടിൽ കൊട്ടരാമാക്കിയോൻ
മകനേ ഗാന്ധിയപ്പൂപ്പ-
നത്ഭുതങ്ങളിലത്ഭുതം.

അതിശയോക്തി കലർന്ന തരത്തിൽ ഗാന്ധിജി പ്രതികരിച്ചിരുന്നില്ല. വാക്കുപയോഗിക്കുന്നതുപോലും വളരെ ശ്രദ്ധിച്ചായിരുന്നു. ഓരോ പദത്തിനും പ്രാധാന്യമുണ്ടാകും. വാചകശൈലിയല്ല നന്നാകേണ്ടത്. ജീവിത ശൈലിയാണ്. ബ്രിട്ടീഷുകാർ സ്വമേധയാ സ്വാതന്ത്ര്യം തരുമെന്ന് അദ്ദേഹം വിശ്വസിച്ചില്ല. നിർബ്ബന്ധിക്കപ്പെടുന്ന സാഹചര്യമുണ്ടാകണം. ലാഭനഷ്ടങ്ങളാണ് വെള്ളക്കാർ നോക്കുന്നത്. ആ പതിവ് തെറ്റിക്കണം. നിസ്സഹരണവും നിയമലംഘനവും അതിനുള്ള വഴിയാണെന്നദ്ദേഹം കണ്ടെത്തി.

സൈമൺ കമീഷന്റെ വരവ് രാജ്യത്തെ ഉണർത്തുന്നതായിത്തീർന്നു. 1927 ൽ ബ്രിട്ടീഷ് ഗവൺമെന്റ് നിയമിച്ചതാണ് സൈമൺ കമീഷൻ. ഇന്ത്യ നടപ്പിലാക്കേണ്ട ഭരണപരമായ ആവശ്യങ്ങളെക്കുറിച്ച് വിവരം നല്കുകയായിരുന്നു ഉദ്ദേശ്യം. ജോൺ സൈമൺ എന്ന ബ്രിട്ടീഷുകാരനാണ് കമീഷന്റെ ചെയർമാനായത്. ഇന്ത്യക്കാരാരുംതന്നെ അതിൽ അംഗമായിരുന്നില്ല.

ധിക്കാരം നിറഞ്ഞ ഈ നീക്കത്തെ ഭാരതീയർ ഒന്നിച്ചുനിന്ന് ചെറുത്തു. സൈമൺ കമീഷൻ ബോംബെയിലെത്തിയപ്പോൾ ഗോബാക്ക് വിളികളുമായി ജനം തെരുവിലിറങ്ങി. കരിങ്കൊടികളേന്തി ജാഥ നയിച്ചു. ലാഹോറിൽവച്ച് ലാലാലജ്പത്റായിക്ക് ലാത്തിച്ചാർജ്ജിൽ പരിക്കേറ്റു. പഞ്ചാബ് സിംഹം എന്നറിയപ്പെടുന്ന അദ്ദേഹം ആ പരിക്കുകളുടെ ഫലമായി മരണമടഞ്ഞു.

1929 ഡിംസബർ 31 ന് ലാഹോർ കോൺഗ്രസ് സമ്മേളനം നടന്നു. അദ്ധ്യക്ഷനായി ഗാന്ധിജിയെ നിശ്ചയിച്ചുവെങ്കിലും അദ്ദേഹം സ്വീകരിച്ചില്ല. പകരം നെഹ്റുവിനെ നിർദ്ദേശിച്ചു. യുവാക്കൾക്ക് സ്വാതന്ത്ര്യസമരത്തിൽ പ്രാധാന്യം നല്കണം എന്നാണദ്ദേഹം ആഗ്രഹിച്ചത്. പൂർണ്ണ സ്വാതന്ത്ര്യ പ്രമേയം അംഗീകരിച്ചത് ആ സമ്മേളനമാണ്. ബ്രിട്ടീഷുകാരിൽനിന്നും എല്ലാവിധത്തിലുമുള്ള മോചനമാണ് ഇന്ത്യ ആഗ്രഹിക്കുന്നതെന്നും ആ സമ്മേളനം ഊന്നിപ്പറഞ്ഞു. ഗാന്ധിജിയാണ് സ്വാതന്ത്ര്യ പ്രമേയം അവതരിപ്പിച്ചത്. നികുതി നിഷേധിക്കുക, നിയമസഭ ബഹിഷ്കരിക്കുക എന്നീ പ്രമേയങ്ങളും യോഗം പാസ്സാക്കി.

ഇതേത്തുടർന്ന് ഗാന്ധിജി വൈസ്രോയിക്ക് കത്തെഴുതി. ഗാന്ധിജിയുടെ ആവശ്യങ്ങളംഗീകരിക്കാൻ വൈസ്രോയി തയ്യാറായില്ല.

1930 ജനുവരിയിൽ കോൺഗ്രസ് പ്രവർത്തക സമിതി സബർമതിയിൽ ചേർന്നു. ഭാവിപരിപാടികൾ ആസൂത്രണം ചെയ്തു. ജനുവരി 26 പൂർണ്ണ സ്വാതന്ത്ര്യദിനമായി അംഗീകരിച്ചു. നാടെങ്ങും അന്ന് സ്വാതന്ത്ര്യദിനം ആഘോഷിക്കണം. പൊതുയോഗങ്ങളിൽ പ്രതിജ്ഞാപത്രം വായിക്കണം. പ്രതിജ്ഞാ വാചകം തയ്യാറാക്കിയത് ഗാന്ധിജിയാണ്. ഇന്ത്യക്കാരുടെ മൗലികാവകാശങ്ങൾ ബ്രിട്ടീഷ് സർക്കാർ നിഷേധിക്കുകയാണ്. അതുകൊണ്ടുതന്നെ ആ സർക്കാരിനെ മാറ്റുവാനുള്ള അവകാശം ജനങ്ങൾക്കുണ്ട്. ബ്രിട്ടീഷുകാർ എല്ലാവിധത്തിലും ഇന്ത്യക്കാരെ നശിപ്പിക്കുന്നു. സ്വാതന്ത്ര്യം കെടുത്തുന്നു. അഭിമാനം മുറിപ്പെടുത്തുന്നു. സമ്പത്ത് കൊള്ളയടിക്കുന്നു. ഐക്യം ഇല്ലാതാക്കുന്നു. ഇതിനെതിരെ അടിയുറച്ചുനിന്ന്

പൊരുതണമെന്ന് ഗാന്ധിജി ആഹ്വാനം ചെയ്തു. വിദേശ വസ്ത്രം ബഹിഷ്കരിച്ചും മദ്യഷാപ്പ് പിക്കറ്റിങ് ചെയ്തും നികുതി നിഷേധിച്ചും ഭാരതീയർ പ്രതികരിക്കണം.

1930 ജനുവരി 26 ഇന്ത്യയിലെങ്ങും സ്വാതന്ത്ര്യദിനമായാചരിച്ചു. ജനങ്ങൾ ഘോഷയാത്ര നടത്തുകയും പൊതുയോഗം കൂടുകയും ചെയ്തു. ഗാന്ധിജിയുടെ പ്രതിജ്ഞാ വാചകം ചൊല്ലി.

ഇന്ത്യൻ ജനത സ്വാതന്ത്ര്യത്തിലേക്ക് ഉണർന്നുകൊണ്ടിരുന്നു

അടുത്ത സമരരീതിയെന്തെന്ന് ഏവരും ഉൽക്കണ്ഠപ്പെട്ടു.

ജനങ്ങൾക്ക് സങ്കല്പിക്കാൻ കഴിയുന്നതിനപ്പുറത്തുള്ള സമരമാർഗ്ഗമാണ് ഗാന്ധിജി ആലോചിച്ചത്.

'ഉപ്പുനിയമലംഘനം' എന്ന് ഗാന്ധിജി പ്രഖ്യാപിച്ചപ്പോൾ ജനം ആദ്യം അമ്പരക്കുകയായിരുന്നു. സർക്കാർ ഉപ്പിന് നികുതി ചുമത്തിയിരുന്നു. അതുവഴി ബ്രിട്ടീഷ് സർക്കാർ വൻതുക കൊള്ളയടിച്ചുകൊണ്ടിരുന്നു. ഇന്ത്യയുടെ മൂന്നുവശവും കടലാണ്. സമുദ്രതീരത്ത് ഉപ്പുപരലുകൾ ചിതറിക്കിടപ്പുണ്ടാകും. പ്രകൃതിദത്തമായ ഉല്പന്നമാണത്. ആർക്കും അതെടുക്കാനും ഉപയോഗിക്കാനും വില്പന നടത്താനും സാധിച്ചിരുന്നു. ആ സമ്പ്രദായത്തിനാണ് സർക്കാർ നിയന്ത്രണം ഏർപ്പെടുത്തിയത്. അനുവാദം കൂടാതെ ആരും ഉപ്പ് ശേഖരിക്കരുത്. ഉപ്പ് വില്പനയും നിരോധിച്ചു. ഉപ്പ് ശേഖരിക്കാനും ഉപയോഗിക്കാനും നികുതിയടയ്ക്കണം.

ഉപ്പ് ശരീരത്തിന് ആവശ്യമായ ഒരു വസ്തുവാണ്. അതിന്റെ അഭാവം പലവിധ രോഗങ്ങൾക്കും ഇടവരുത്തും. ഉപ്പ് കൂടാതെ ആഹാരം രുചിപ്രദമാവില്ല. ദേഹത്തിനു വേണ്ട ലവണാംശം ഇതിലൂടെ കിട്ടുന്നു. ഉപ്പ് ഒരു ഭക്ഷ്യസംരക്ഷക വസ്തുവാണ്. ദീർഘകാലം ആഹാരം കേടു കൂടാതെ സൂക്ഷിക്കുവാൻ ഉപ്പിന്റെ സാന്നിദ്ധ്യംകൊണ്ട് കഴിയും. ഉപ്പിലിട്ടുവെക്കുക എന്നൊരു ശൈലിതന്നെയുണ്ട്.

സൂര്യനസ്തമിക്കാത്ത ബ്രിട്ടീഷ് സാമ്രാജ്യത്വത്തെ ചെറു

ക്കുവാൻ 'ഉപ്പി'ന് കഴിയുമോ എന്നെല്ലാവരും ശങ്കിച്ചു. പാവങ്ങളാണ് ഉപ്പുപയോഗിച്ച് ജീവിതം കഴിക്കുന്നത്. അവരെ ബാധിക്കുന്ന ഒരു പദാർത്ഥം സമരരൂപകമാക്കുന്നത് അവരിൽ സ്വാതന്ത്ര്യബോധം വളർത്താനിടവരുത്തും. ഉപ്പുനികുതി കൊടുക്കാതിരുന്നാൽ സർക്കാരിനു മാത്രമേ നഷ്ടമുണ്ടാകൂ. എങ്കിലും ഉപ്പുസമരത്തിലേക്ക് ഭാരതീയരെ മുഴുവൻ ആകർഷിക്കാനാവുമോ എന്ന് സംശയിച്ചവരുണ്ടായിരുന്നു. സമുദ്രതീരങ്ങളിൽ നിന്നകന്നു കഴിയുന്നവർ ഈ സമരത്തോടെങ്ങനെ പ്രതികരിക്കും എന്നതും പ്രശ്നമായിരുന്നു.

ഗാന്ധിജിക്ക് സംശയമില്ലായിരുന്നു. ഭാരതീയരെ ഒന്നിപ്പിക്കുവാൻ ഉപ്പുസത്യഗ്രഹത്തിന് കഴിയും. കുടിൽ തൊട്ട് കൊട്ടാരം വരെയുള്ളവർ ഉപ്പുപയോഗിക്കുന്നുണ്ട്. ഇന്ത്യക്കാർ കഴിക്കുന്ന ഓരോ പിടി ഭക്ഷണത്തിനും ഓരോ തുക നികുതി കൊടുക്കണമെന്ന ക്രൂരത പൊറുക്കാനാവാത്തതാണെന്ന് ഗാന്ധിജി പറഞ്ഞു.

ബീഹാറിലെ പല ജില്ലകളിലും ഉപ്പുണ്ടാക്കിയിരുന്നു. ഉപ്പു കലർന്ന മണ്ണ് സംസ്കരിച്ചാണ് അവിടെ ഉപ്പും വെടിയുപ്പും നിർമ്മിച്ചിരുന്നത്. പൊതുവെ ഉപ്പ് നിർമ്മിക്കുന്നത് മൂന്നു തരത്തിലാണ്. സമുദ്രജലം വറ്റിച്ചുണ്ടാക്കുന്നതാണ് ഒരു രീതി. ഉപ്പ് പരലുകൾ വാരിയെടുക്കുന്നത് മറ്റൊരു രീതി. മൂന്നാമത്തെ രീതി മണ്ണിൽനിന്നുണ്ടാക്കുകയാണ്. ഈ മൂന്നു തരത്തിലും നിയമം ലംഘിക്കാമെന്ന് ഗാന്ധിജി പറഞ്ഞു.

'ഉപ്പുനിയമം ആദ്യം ലംഘിക്കുന്നത് ഞാനായിരിക്കും' അദ്ദേഹം പ്രഖ്യാപിച്ചു. ഇതിനുവേണ്ടി അദ്ദേഹംതന്നെ കണ്ടെത്തി 'ദണ്ഡി കടപ്പുറം.' സബർമതി ആശ്രമത്തിൽനിന്ന് അത്രയും ദൂരം കാൽനടയാത്ര നടത്തണം. തനിച്ചല്ല. കൂടെ വളണ്ടിയർമാരും വേണം. ഉപ്പുസത്യഗ്രഹവാർത്ത പരന്നതോടെ വളണ്ടിയറായി ചേരാൻ പലരും മുന്നോട്ടുവന്നു.

ദണ്ഡിയാത്ര ആരംഭിക്കുന്നതിനുമുമ്പ് ഗാന്ധിജിയുടെ സന്ദേശം റിക്കാർഡ് ചെയ്യണമെന്ന് ചിലർ ആഗ്രഹം പ്രകടിപ്പി

ച്ചു. ഓരോ ഗ്രാമത്തിലും ഗ്രാമഫോൺ മുഖേന റിക്കാർഡു ചെയ്തു പ്രചരിപ്പിക്കാനാകും. ഇത് ജനങ്ങളെയാകെ ആവേശം കൊള്ളിക്കും. മഹാത്മജിയെ അറസ്റ്റു ചെയ്താലും അദ്ദേഹ ത്തിന്റെ ശബ്ദം കേൾപ്പിക്കാനാകും. ഇക്കാര്യമറിയിച്ചപ്പോൾ ഗാന്ധിജി പ്രതികരിച്ചു...

> എന്റെ സന്ദേശത്തിൽ സത്യമുണ്ടെങ്കിൽ ഞാൻ ജയിലി നുള്ളിലായാലും പുറത്തായാലും ജനങ്ങളത് ശ്രദ്ധിക്കും. സന്ദേശത്തിൽ സത്യമില്ലെങ്കിൽ ഗ്രാമഫോൺ കൊണ്ടും കാര്യമില്ല. നാമാരംഭിക്കാൻ പോകുന്നത് സത്യഗ്രഹമാണ്. സത്യം മുറുകെ പിടിക്കുക എന്ന കൃത്യം. സത്യത്തി ന്റെയും അഹിംസയുടെയും അടിസ്ഥാനത്തിൽ മുന്നോട്ട് പോകാൻ തയ്യാറാണെങ്കിൽ എന്റെ ശബ്ദം ജനങ്ങളുടെ ചെവിയിലെത്തിക്കൊള്ളും. അതുകൊണ്ട് ഗ്രാമഫോൺ റിക്കോർഡിന്റെ ആവശ്യമില്ല...

പിന്നീടാരും ഇക്കാര്യത്തിൽ നിർബ്ബന്ധം ചെലുത്തിയില്ല.

സോഡിയവും ക്ലോറൈഡും ചേർന്ന ഒരു മിശ്രിതമാണ് ഉപ്പ്.

ഒരു കാലത്ത് ഉപ്പിന് രാജപദവി കൈവന്നിരുന്നു. പണമിട പാടുകളിൽ ഉപ്പിന് മുഖ്യ സ്ഥാനമുണ്ടായിരുന്നു. ഉപ്പ്, പണമാ ണെന്ന സ്ഥിതിയുണ്ടായി. ഉപ്പ് കിട്ടാൻ മത്സരങ്ങളുണ്ടായി. കൂടു തൽ ഉപ്പുള്ളവൻ പണക്കാരനായിത്തീർന്നു. നാണയമെന്ന നില യിൽ ഉപ്പ് കല്ലുപയോഗിച്ചു വന്നിരുന്നു.

റോമൻ പട്ടാളക്കാർക്ക് ശമ്പളത്തിന്റെ കൂടെ ഉപ്പുബത്തയും നല്കിയിരുന്നു. ഉപ്പുബത്തയ്ക്ക് ലാറ്റിൻ ഭാഷയിൽ 'സലേറിയം' എന്നാണ് പറയുക. പില്ക്കാലത്ത് ഇംഗ്ലീഷിൽ സാലറി എന്ന പദമുണ്ടായത് ഈ ലാറ്റിൻ പ്രയോഗത്തിൽ നിന്നാണ്. ശമ്പളം എന്ന അർത്ഥത്തിൽ സാലറി പ്രയോഗിക്കുന്നു. ഉപ്പ് എന്ന പേരിൽ ഒ എൻ വി കുറുപ്പിന്റെ ഒരു കവിത യുണ്ട്.

മനുഷ്യശരീരത്തിന് ഉപ്പ് ഒഴിച്ചുകൂടാത്തതാണ്.

വിയർക്കുമ്പോൾ ഉപ്പുരസമാണ് പുറത്തേക്ക് പോകുന്നത്. ഉഷ്ണകാലത്ത് ഭൂഗർഭ അറകളിൽ പണിയെടുക്കുന്നവർക്ക് ഉപ്പു

ഗുളികകൾ നല്കാറുണ്ട്. ഉഷ്ണമേഖലാ പ്രദേശങ്ങളിൽ കഴിയുന്നവർ കൂടുതൽ കറിയുപ്പുപയോഗിക്കണമെന്ന് നിർദ്ദേശിക്കാറുണ്ട്.

ഉപ്പുമായി ബന്ധപ്പെട്ട അനേകം ശൈലികളും പഴഞ്ചൊല്ലുകളും മലയാളത്തിലുണ്ട്.....

ഉപ്പുനോക്കുക, ഉപ്പുകൂട്ടിത്തിന്നുക, ഉപ്പില്ലാതെ സംസാരിക്കുക, ഉപ്പും ഉറപ്പുമില്ലാത്ത എന്നിങ്ങനെ ശൈലികളുണ്ട്.

ഉപ്പു തിന്നവൻ വെള്ളം കുടിക്കും, അറുത്ത കൈയ്ക്ക് ഉപ്പുതേയ്ക്കാത്തവൻ, ഉപ്പുവച്ചനിലംപോലെ, ഉപ്പുതൊട്ട് കർപ്പൂരം വരെ, ഉപ്പിലിട്ടു വയ്ക്കുക, നീ ഭൂമിയുടെ ഉപ്പാകുന്നു എന്നു തുടങ്ങിയ പഴഞ്ചൊല്ലുകൾക്കും അർത്ഥവ്യാപ്തിയുണ്ട്.

ഉപ്പു തിന്നവൻ വെള്ളം കുടിക്കും എന്നത് പൊതുവെ ഉപയോഗിക്കുന്ന ഒരു ചൊല്ലാണ്. തെറ്റു ചെയ്തവന് ശിക്ഷ കിട്ടാതിരിക്കില്ല എന്നാണിതിനർത്ഥം. ഉപ്പു തിന്നുക എന്നാൽ കുറ്റംചെയ്യലാണ്. അന്തസ്സും അഭിമാനവും ഇല്ലാത്തവനെ ഉപ്പും ഉറപ്പും ഇല്ലാത്തവനെന്ന് വിശേഷിപ്പിക്കും. എത്ര പ്രയത്നിച്ചിട്ടും ഫലം കിട്ടാത്ത അവസ്ഥയെ സൂചിപ്പിക്കാൻ ഉപ്പുവച്ച നിലം പോലെ എന്ന് പറയാറുണ്ട്. ഉപ്പുചാക്ക് സൂക്ഷിക്കുന്നിടത്ത് സസ്യങ്ങളൊന്നും വളരില്ല.

ഉപ്പ് ഉത്തരമായി വരുന്ന കടങ്കഥകളുമുണ്ട്.

"കടലിലുള്ളോനിവൻ, കുടിലിലെത്തുന്നവൻ
ഏറിയാലും തെറി.... കൂടിയാലും തെറി...."

കാക്കയും കോഴിയും കൊത്താത്ത വിത്താണ് ഉപ്പ്. വെള്ളത്തിലിട്ടാൽ കാണാത്ത വിത്ത്. നട്ടാൽ മുളയ്ക്കില്ല. മുളച്ച് പടർന്നു വരില്ല. ഉപ്പിലിട്ട് കൂട്ടാത്തവർ ആരുമില്ല. തീയിലിട്ടാൽ പട.. പട.. പൊട്ടിത്തെറിക്കും. വെള്ളത്തിലിട്ടാൽ മിണ്ടില്ല.

ഏതു സമൂഹത്തിന്റെയും പ്രധാന ദൗത്യം ഭാവിയിലേക്ക് ഭക്ഷ്യവസ്തുക്കൾ സൂക്ഷിക്കുകയെന്നതാണ്. ഫ്രിഡ്ജും മറ്റും കണ്ടുപിടിക്കപ്പെട്ടിട്ടില്ലാത്ത പ്രാചീനകാലത്ത് ഭക്ഷ്യവസ്തുക്കൾ ഉപ്പിലിട്ട് സൂക്ഷിച്ചിരുന്നു. കറിയുപ്പ് ഇന്ന് രണ്ടുതരത്തിൽ ഉപയോഗിക്കാൻ കിട്ടുന്നു. കല്ലുപ്പ്, പൊടിയുപ്പ്.

ഉപ്പ് കുറഞ്ഞാലും കൂടിയാലും അപകടമാണ്. ഹൃദ്രോഗം, രക്തസമ്മർദ്ദം, വൃക്കരോഗം, മഞ്ഞപ്പിത്തം എന്നിവയുള്ളവർ ഉപ്പുപയോഗിക്കരുതെന്ന് നിർദ്ദേശിക്കും. കറിയുപ്പിനുപകരം ഇന്തുപ്പുപയോഗിക്കുന്ന പതിവുണ്ട്. ഇന്ത്യയിൽ കടലിൽനിന്നാണ് ഏറ്റവുമധികം ഉപ്പുപയോഗിക്കുന്നത്.

ആ ഉപ്പ് ഒരു സമരായുധമായിത്തീർന്നു.

2

ദണ്ഡിയാത്ര

ദണ്ഡിയിലേക്ക് യാത്ര പുറപ്പെടുന്നതിനുമുമ്പ് പ്രമുഖ കോൺഗ്രസ് പ്രവർത്തകൻ 'ബിപിൻ ബിഹാരിവർമ്മ' സഞ്ചരിച്ച് വഴി നിശ്ചയിക്കയുണ്ടായി. ചില അനുയായികളോടൊപ്പമാണദ്ദേഹം കാൽനടയായി പുറപ്പെട്ടത്. വഴിയിൽ അദ്ദേഹത്തെ ആവേശപൂർവ്വം ജനങ്ങൾ സ്വീകരിച്ചു. അതതു പ്രദേശത്തെ ജനങ്ങളെ പ്രബുദ്ധരാക്കുക എന്നതായിരുന്നു ബിഹാരിവർമ്മയുടെ ഉദ്ദേശ്യം. ഇത് ഗാന്ധിജിയുടെ യാത്രയ്ക്ക് സഹായകമായിത്തീരുമെന്നാണ് വിശ്വസിച്ചത്.

സബർമതിയിൽ ഗാന്ധിജി ആശ്രമം തുടങ്ങിയത് 1915 ലാണ്. ആശ്രമത്തിന്റെ പേരിനെക്കുറിച്ച് ഏറെ ചർച്ച നടന്നു. സേവാഗ്രാമം, തപോവനം എന്നിങ്ങനെ പല പേരുകളും ഉയർന്നുവന്നു. സത്യാരാധനയും സത്യാന്വേഷണവും സൂചിപ്പിക്കുന്ന പേരുവേണം. ഒടുവിൽ 'സത്യഗ്രഹാശ്രമം' എന്ന് പേരിട്ടു. ലക്ഷ്യവും സേവനമാർഗ്ഗവും സൂചിപ്പിക്കുന്ന പേരാണത്.

'സത്യഗ്രഹ'ത്തിന്റെ ജനനത്തെക്കുറിച്ച് ഗാന്ധിജി എഴുതിയിട്ടുണ്ട്. ഇന്ത്യാക്കാരുടെ പോരാട്ടത്തിന് രൂപംനല്കാൻ പുതിയൊരു വാക്കിനു രൂപം നല്കണമെന്നദ്ദേഹം വ്യക്തമാക്കിയിരുന്നു. അങ്ങനെയൊരു പേര് കണ്ടുപിടിക്കുന്നവർക്ക് സമ്മാനം

നല്കാനും തയ്യാറായിരുന്നു. മഗൻലാൻ ഗാന്ധി ചേർന്നൊരു വാക്ക് കണ്ടെത്തി. 'സദാഗ്രഹ' എന്നായിരുന്നു വാക്ക്. സദാഗ്രഹ - സത്+ആഗ്രഹ - എന്നതിൽ സത്യത്തിൽ ഉറച്ചുനില്ക്കൽ എന്നാണർത്ഥം. ആ വാക്കിനെ അല്പം മാറ്റി 'സത്യഗ്രഹ' എന്നാക്കിത്തീർത്തു. സത്യത്തിൽ ഉറച്ചുനില്ക്കുന്നതാണ് സത്യഗ്രഹം.

ദണ്ഡിയാത്രയുടെ ചലനം രാജ്യത്തുടനീളം ദൃശ്യമായി.

1930 മാർച്ച് 12 ന് രാവിലെയാണ് ദണ്ഡിയാത്ര തുടങ്ങിയത്. ഏപ്രിൽ 6-ാം തീയതി ദണ്ഡിയിലെത്തി ഉപ്പുവാരി നിയമം ലംഘിക്കുമെന്നാണ് ഗാന്ധിജി പ്രഖ്യാപിച്ചത്. സബർമതിയിൽനിന്ന് കിലോമീറ്ററുകളോളം അകലെയാണ് ദണ്ഡികടപ്പുറം.

ഗാന്ധിജിക്കന്ന് അറുപത്തൊന്നു വയസ്സാണ്. എഴുപത്തൊൻപതു ഭടന്മാർ അദ്ദേഹത്തിന്റെ കൂടെ യാത്ര ചെയ്തു. രാജ്യത്തിന്റെ നാനാഭാഗങ്ങളിലും അനുഭാവയാത്രകൾ നടന്നു.

അന്നു പ്രഭാതത്തിൽ കുളിച്ചൊരുങ്ങി സത്യഗ്രഹികൾ തയ്യാറായി. ആശ്രമത്തിലെ അന്തേവാസികൾ ഭജന പാടിക്കൊണ്ടിരുന്നു. സബർമതി ആശ്രമപരിസരം ജനനിബിഡമായി.

ഒരു വിജയയാത്ര തുടങ്ങുകയാണ്.

കൈയിലൊരു വടിയും ചെറിയൊരു മാറാപ്പുമായി ഗാന്ധിജി. പിന്നാലെ അനുയായികൾ.

മെലിഞ്ഞ ആ മനുഷ്യന്റെ കാന്തിക സ്പർശം ജനതയെയാകെ ആവേശഭരിതയാക്കിത്തീർത്തു.

ജാഥ തുടങ്ങുന്ന സമയത്ത് ഗാന്ധിജി പറഞ്ഞു.... "ഒന്നുകിൽ ലക്ഷ്യം നേടി ഞാൻ തിരിച്ചുവരും. ഇല്ലെങ്കിൽ എന്റെ ശരീരം കടലിന് ദാനം ചെയ്യും..."

പണ്ഡിറ്റ് ജവഹർലാൽ നെഹ്റു ഇങ്ങനെ പ്രസ്താവിച്ചു...

> ഗാന്ധിജി ഇന്നൊരു തീർത്ഥയാത്ര തുടങ്ങുകയാണ്. ഉറച്ച കാൽവെപ്പോടെ, തെളിഞ്ഞ കാഴ്ചപ്പാടോടെ അദ്ദേഹം മുന്നോട്ട് നീങ്ങുകയാണ്. ഇതിനുമുമ്പ് പല യാത്രകളും അദ്ദേഹം നടത്തിയിട്ടുണ്ട്. ക്ലേശം നിറഞ്ഞ അനേകം വഴികൾ താണ്ടിയിട്ടുണ്ട്. എന്നാൽ ചെമ്മൺ പാതയി

ലൂടെയുള്ള ഈ യാത്ര ദീർഘവും കഠിനവുമാണ്. വഴി നീളെ പ്രതിബന്ധങ്ങൾ നേരിട്ടേക്കാം. പക്ഷേ, അതെല്ലാം തരണം ചെയ്യാനാകും. മഹത്തായൊരു ലക്ഷ്യത്തിനു വേണ്ടിയുള്ള അഗ്നി അദ്ദേഹത്തിൽ ജ്വലിക്കുന്നുണ്ട്. ഭാരതീയരോടുള്ള അതിരറ്റ സ്നേഹമാണ് ഗാന്ധിജിയെ ആ സാഹസത്തിന് പ്രേരിപ്പിച്ചത്...

ഉപ്പു സത്യഗ്രഹം അപൂർവ്വമായൊരു സമരമുറയായിരുന്നു.

അധർമ്മത്തിന്റെ മുന്നിൽ തലകുനിക്കാത്ത നാല്പതുകോടി ജനങ്ങളുടെ മനോബലം ആ സമരത്തിന്റെ പിന്നിലുണ്ടായിരുന്നു.

സമരത്തെ പരാജയപ്പെടുത്താനുള്ള സർവ്വനീക്കങ്ങളും നടന്നേക്കാമെന്ന് ഗാന്ധിജി കണക്കുകൂട്ടിയിരുന്നു. ലാത്തിച്ചാർജ്ജും വെടിവയ്പ്പും അറസ്റ്റും ഉണ്ടാകാം. ഭരണാധികാരികൾ എന്തും ചെയ്യാൻ മടികാണിക്കില്ല. പക്ഷേ, ജീവൻ നഷ്ടപ്പെടുന്നതുവരെ സമരത്തിൽ ഉറച്ചുനില്ക്കണം.

അഹിംസയാണ് പരമധർമ്മമെന്ന് ആ കർമ്മയോഗി ബോദ്ധ്യപ്പെടുത്തി.

ദണ്ഡി കടപ്പുറത്ത് വച്ച് ഉപ്പുനിയമം ലംഘിക്കുമെന്ന് ഗാന്ധിജി പ്രഖ്യാപിച്ചപ്പോൾ ലോകം മുഴുവൻ അതിന്റെ പ്രതിദ്ധ്വനിയുണ്ടായി. ഉപ്പു സത്യഗ്രഹം റിപ്പോർട്ടു ചെയ്യാൻ ലോകത്തിന്റെ നാനാഭാഗത്തുനിന്നും പത്രപ്രവർത്തകരെത്തി.

ഗാന്ധിജി ഭക്ഷണത്തിൽ ഉപ്പ് ചേർത്തിരുന്നില്ല. മുമ്പദ്ദേഹം ഉപ്പുപയോഗിച്ചിരുന്നു. പത്നി കസ്തൂർബായ്ക്ക് അസുഖം ബാധിച്ചപ്പോൾ ഉപ്പുപേക്ഷിക്കണമെന്ന് ഡോക്ടർ നിർദ്ദേശിച്ചിരുന്നു. ആ നിർദ്ദേശം സ്വയം പാലിച്ചുകൊണ്ടാണ് ഗാന്ധിജി കുടുംബത്തിൽ പ്രാവർത്തികമാക്കിയത്. ജീവചരിത്രത്തിൽ അദ്ദേഹം എഴുതുന്നതു നോക്കുക.....

ഉപ്പ് പൂർണ്ണമായും ഉപേക്ഷിക്കാൻ നിർബ്ബന്ധിതമായ ഒരു സാഹചര്യം എനിക്ക് വന്നുചേർന്നു. ഈ നിയന്ത്രണം പത്തുവർഷം നിലനിർത്തി. സസ്യഭക്ഷണത്തെക്കുറി

ച്ചുള്ള ചില പുസ്തകങ്ങളിൽ കണ്ടത് മനുഷ്യന്റെ ഭക്ഷണത്തിന് ആവശ്യമുള്ള വസ്തുവല്ല ഉപ്പെന്നാണ്. ഉപ്പു ചേർക്കാത്ത ഭക്ഷണമാണ് ആരോഗ്യത്തിന് കുറേകൂടി നല്ലതെന്നാണ്. ബ്രഹ്മചാരിക്ക് ഉപ്പുചേർക്കാത്ത ഭക്ഷണം ഗുണകരമാണ്. ആരോഗ്യം കുറഞ്ഞവർ പയറുവർഗ്ഗങ്ങളും ഉപേക്ഷിക്കണം.

ഗാന്ധിജിയുടെയും സത്യഗ്രഹികളുടെയും പിന്നാലെ വമ്പിച്ച ജനക്കൂട്ടം യാത്ര ചെയ്തുകൊണ്ടിരുന്നു. കുറേദൂരം യാത്ര ചെയ്തു കഴിഞ്ഞാൽ അവർക്കു പകരം വേറെ ആൾക്കാർ കൂടിച്ചേരും. തോരണം തൂക്കിയും പൂക്കൾ വർഷിച്ചുമാണ് ജനം ഗാന്ധിജിയെയും സംഘത്തെയും എതിരേറ്റത്.

ദിനന്തോറും ജനങ്ങൾക്കിടയിൽ ആവേശം വളർന്നുവന്നു.

ഇന്ത്യയാകെ ഉപ്പു സത്യഗ്രഹം അലയടിച്ചു. എല്ലായിടത്തും ജനങ്ങൾ സത്യഗ്രഹത്തിനു തയ്യാറാകാൻ തുടങ്ങി.

കത്തിയവാർ ഉപദ്വീപിനടുത്തുള്ള സാംബെ ഉൾക്കടലിന്റെ തീരപ്രദേശമാണ് ദണ്ഡി. ഗാന്ധിജി പൂർണ്ണ ആരോഗ്യവാനായിരുന്നില്ല. എങ്കിലും രാജ്യത്തിന്റെ മോചനം പരമപ്രധാനമാണെന്ന് കരുതി. ഒന്നുകിൽ ലക്ഷ്യം നേടി ഞാൻ തിരിച്ചുവരും, അല്ലെങ്കിൽ എന്റെ ദേഹം കടലിൽ ഒഴുകി നടക്കുന്നതു കാണാം എന്നദ്ദേഹം പ്രഖ്യാപിച്ചിരുന്നു. സ്വരാജ്യം നേടിയതിനുശേഷമേ ആശ്രമത്തിലേക്ക് തിരികെ വരൂ എന്നാണദ്ദേഹം പറഞ്ഞത്. അല്ലെങ്കിൽ തിരികെ വരില്ല. അദ്ദേഹം ആ പ്രതിജ്ഞ പാലിച്ചു. പിന്നീടദ്ദേഹം സബർമതി ആശ്രമത്തിലേക്ക് വരികയുണ്ടായില്ല. വാർദ്ധയിലേക്കാണ് പോയത്. ഡോ. രാജേന്ദ്രപ്രസാദ് തന്റെ ഗ്രന്ഥത്തിൽ ചൂണ്ടിക്കാട്ടുന്നതു നോക്കുക...

ഗാന്ധിജി ഒരിക്കലും വാക്ക് പാലിക്കാതിരുന്നിട്ടില്ല. വാക്കിന്റെ അർത്ഥം മുഴുവൻ കല്പിക്കാതെ സംസാരിക്കാറില്ല. തന്റെ വാക്ക് പാലിക്കാനാണ് അദ്ദേഹം സബർമതി ആശ്രമം എന്നെന്നേക്കുമായി വിട്ടുപോയത്. അനേകലക്ഷം രൂപ ചെലവുചെയ്താണ് ആശ്രമം സ്ഥാപിച്ചത്. തന്റെ

ജീവിതത്തിൽ പതിമൂന്നുവർഷം അദ്ദേഹം ആശ്രമം കെട്ടിപ്പടുക്കുവാൻ വിനിയോഗിച്ചു. എല്ലാതരത്തിലുമുള്ള നിർമ്മാണ പ്രവർത്തനങ്ങളുടെ കേന്ദ്രമായിരുന്നു ആശ്രമം. ആദർശജീവിതം നയിക്കുന്ന സത്യഗ്രഹികളെ ആശ്രമത്തിൽവച്ചാണ് പരിശീലിപ്പിച്ചിരുന്നത്. ഗാന്ധിജി വിട്ടുപോയെങ്കിലും ആശ്രമത്തിലെ പ്രവർത്തനങ്ങൾ നിലച്ചില്ല. പിന്നീടത് ഹരിജനങ്ങളുടെ സേവനത്തിനായി സമർപ്പിക്കപ്പെട്ടു.

അവനവന്റെ വാക്കിനോട് വഞ്ചനകാട്ടുന്നതിനേക്കാൾ ജീവിതം ബലിയർപ്പിക്കുകയാണ് ശ്രേഷ്ഠം എന്ന മഹാകവി തുളസിദാസന്റെ ദർശനം അദ്ദേഹം സ്വായത്തമാക്കി.

ഗാന്ധിജി ലോകനേതാക്കളിൽ തന്നെ വേറിട്ടുനില്ക്കുന്നു. അദ്ദേഹത്തിന്റെ സമരവും വ്യത്യസ്തമാണ്. മറ്റുള്ളവർക്ക് സങ്കല്പിക്കാനാവാത്തതാണത്.

ഉപ്പു സത്യഗ്രഹം ഇന്ത്യൻ ജനതയിലാകെ സ്വാതന്ത്ര്യത്തിന്റെ പൊൻ പ്രസരിപ്പുളവാക്കി. വിദേശത്തുനിന്നും കൊണ്ടുവരുന്ന വസ്തുക്കളുപയോഗിക്കുന്നത് അപമാനകരമാണെന്ന് അദ്ദേഹം ഉദ്ബോധിപ്പിച്ചു. ഏതു നികുതിയും ആദ്യം ബാധിക്കുക പാവപ്പെട്ടവരെയാണ്. ഗ്രാമീണ ജനതയുടെ വിമോചനമായിരുന്നു അദ്ദേഹത്തിന്റെ ലക്ഷ്യം. ശുഷ്കിച്ചതാണ് കൈകാലുകളെങ്കിലും ആ കർമ്മയോഗിക്ക് തളർച്ച തട്ടിയിരുന്നില്ല... പാലാനാരായണൻ നായർ പാടിയ വരികൾ ഓർമ്മിക്കത്തക്കതാണ്...

ചെറ്റുമേ പതറാത്തഭാവവും, ലക്ഷ്യം കണ്ടു-
കിട്ടുവാനുഴറുന്ന വേഗവും വിവേകവും
ത്യാഗമായ് നിറം കാച്ചും കർമ്മയോഗിയെക്കാണാൻ
നാകവും നക്ഷത്രത്താൽ കണ്ണുകൾ തുറന്നല്ലോ.

ഭാരതം വിഭവങ്ങളുടെ കലവറയാണ്. അതുകൊണ്ടുതന്നെ വിദേശികളുടെ കണ്ണ് എന്നും ഈ നാട്ടിലുണ്ടായിരുന്നു. പാശ്ചാത്യരാജ്യങ്ങൾ ഇവിടെ എത്തിച്ചേരാൻ മത്സരിച്ചിരുന്നു. ആർക്കും

എളുപ്പത്തിൽ കടന്നുപറ്റുവാൻ സാധിക്കുന്ന വിധത്തിലായിരുന്നില്ല ആ ഭൂമിയുടെ ഘടന. മൂന്നുവശവും സമുദ്രമാണ്. വടക്ക് ഹിമാലയം. എങ്കിലും കൊടികെട്ടിയ കപ്പലുകളുമായി വിദേശീയർ ഇന്ത്യയിൽ വന്നു. ഇവിടത്തെ സുഗന്ധവ്യഞ്ജനങ്ങളും പട്ടുവസ്ത്രവും കൈക്കലാക്കി. ഒടുവിൽ രാജ്യത്തിന്റെ നിയന്ത്രണം തന്നെ ഏറ്റെടുത്തു. എന്നാൽ ദേശാഭിമാനികൾ എന്നും അടിമത്തത്തെ ചെറുത്തുകൊണ്ടിരുന്നു. തിളക്കമാർന്ന അത്തരം വ്യക്തിത്വങ്ങൾ ചരിത്രത്തിലുടനീളം തലയുയർത്തിനില്പുണ്ട്.

ഇന്ത്യയിൽ ആധിപത്യം ഉറപ്പിക്കാൻ ഒട്ടേറെ പരിഷ്കരണങ്ങളും പരിപാടികളും ബ്രിട്ടീഷ് ഭരണം നടപ്പിൽ വരുത്തി. അവയെല്ലാം ഭൂരിപക്ഷം വരുന്ന ഗ്രാമീണജനതയെ ബാധിക്കാത്ത തരത്തിലായിരുന്നു. ഒടുവിൽ അവരുടെ ആഹാരരുചിയിലും ബ്രിട്ടീഷ് സർക്കാർ കൈവച്ചു. ഉപ്പിന് നികുതി ചുമത്തി. ഉപ്പുണ്ടാക്കുന്നത് നിരോധിച്ചു. നാട്ടിലാകെ 'സാൾട്ട് ഇൻസ്പെക്ടർ' മാരെ നിയോഗിച്ചു. ഇത്തരം ഘട്ടത്തിൽ രക്ഷകനായി മുന്നിട്ടിറങ്ങിയത് ഗാന്ധിജിയാണ്. ഉള്ളൂരിന്റെ വിവരണമിങ്ങനെ....

ദാരിദ്ര്യം ശമിപ്പിക്കാൻ നഗ്നയായ് ജീവിക്കുന്നു
സമ്പത്തു വർദ്ധിപ്പിക്കാൻ ചർക്കയിൽ നൂൽ നൂല്ക്കുന്നു
ഊതിയാൽ പറക്കുന്നൊരസ്ഥികൂടം കൊണ്ടാർക്കു-
മൂഹിപ്പാനാവാത്തതാം കാര്യങ്ങൾ സാധിക്കുന്നു....
സത്യമാം പടവാളുമഹിംസാ പോർച്ചട്ടയും
ദുഷ്ടതാജയത്തിന്നായ് കൈക്കൊള്ളും മഹാരഥൻ..!

ഗാന്ധിജിയുടെ ദണ്ഡിയാത്രയിൽ ഹിന്ദുവും മുസൽമാനും ക്രിസ്ത്യാനിയും എല്ലാവരുമുണ്ടായിരുന്നു. പ്രായം കുറഞ്ഞവരും കൂടിയവരുമുണ്ടായിരുന്നു. ഗാന്ധിജിയുടെ മകനും പേരമകനുമുണ്ടായിരുന്നു. ആർക്കും ഭാവനയിൽ കാണാനാവാത്ത തരത്തിലായിരുന്നു ഗാന്ധിയൻ കർമ്മപദ്ധതികൾ. അടിമത്തം ഇല്ലാതാക്കാനുള്ള കരുത്ത് ഭാരതീയർക്കുണ്ടാകണം. അതിനവരെ മാനസികമായി കരുത്തരാക്കണം. ഗാന്ധിജിയുടെ സമരരൂപകങ്ങളെല്ലാം ജനതയെ പരിശീലിപ്പിച്ചെടുക്കുന്ന കളരികളായിരുന്നു. ആയുധങ്ങൾ കൊണ്ടാണ് വെള്ളക്കാർ നാടടക്കി വാഴുന്നത്.

അവർക്കെതിരെ കാണാൻ പാകത്തിലുള്ള ആയുധങ്ങളൊന്നും അദ്ദേഹത്തിന്റെ കൈവശമുണ്ടായിരുന്നില്ല. പകരം അതിലും കൂർത്തു മൂർത്ത സത്യവും അഹിംസയും സംയമനവുമുണ്ടായിരുന്നു. ഇതേപറ്റി പത്രപ്രവർത്തകർ ചോദിക്കുകമായിരുന്നു. അപ്പോഴെല്ലാം ഗാന്ധിജി ജനങ്ങൾക്കു നേരെ വിരൽ ചൂണ്ടുകയായിരുന്നു.

ഉപ്പു സമരത്തെക്കുറിച്ച് സർക്കാരും ഉൽക്കണ്ഠാകുലരായി. എങ്ങനെയാണ് സമരം ചെയ്യുക? അതെങ്ങനെ നേരിടും? ഇതിനുമുമ്പ് ഇങ്ങനെയൊരു സമരരീതിയുണ്ടായില്ല.

ഒരു സാമ്രാജ്യത്വത്തെ നേരിടാൻ ഒരു പിടി ഉപ്പ്!

സമരം തുടങ്ങുന്നതിനുമുമ്പ് ഒരിക്കൽക്കൂടി വൈസ്രോയിക്ക് കത്തെഴുതി. നിയമം ലംഘിക്കാനൊരുങ്ങുന്നതിൽ ദുഃഖമുണ്ടെന്നു മാത്രം വൈസ്രോയി സൂചിപ്പിച്ചു.

സത്യവും അഹിംസയുംകൊണ്ട് ഏതു സമരവും വിജയത്തിലെത്തുമെന്നദ്ദേഹത്തിന്നറിയാമായിരുന്നു. മനുഷ്യൻ ശുദ്ധീകരിക്കപ്പെടുമ്പോൾ ചുറ്റുപാടുകളും ശുദ്ധീകരിക്കപ്പെടും.

3

ഒരു പിടി ഉപ്പ്

ഗാന്ധിജി ഏറെ ആദരിക്കുന്ന രവീന്ദ്രനാഥ് ടാഗോർ സബർമതിയിൽ വരികയുണ്ടായി. 1930 ൽ അങ്ങ് രാഷ്ട്ര ത്തിനുവേണ്ടി എന്തു ചെയ്യാനാണ് ഉദ്ദേശിക്കുന്നത് എന്ന് ടാഗോ ർ ചോദിക്കുകയുണ്ടായി. അതേക്കുറിച്ചാണ് രാവും പകലും ചിന്തി ക്കുന്നതെന്ന് ഗാന്ധിജി മറുപടി പറഞ്ഞു. തനിക്കുചുറ്റും അന്ധ കാരം വ്യാപിക്കുകയാണെന്നദ്ദേഹം ചൂണ്ടിക്കാട്ടി. ഇന്നത്തെ അന്തരീക്ഷം സംഘർഷഭരിതമാണ്. ഭാരതത്തിലെ സാധാരണ ജനത കടുത്ത പ്രയാസങ്ങൾ അനുഭവിക്കുകയാണ്. ഈ സാഹ ചര്യത്തിൽ നിയമലംഘനം നടത്തിയാൽ ഭവിഷ്യത്തുകൾ പല തുമുണ്ടാകും. നിയമലംഘനം സ്വീകരിച്ചില്ലെങ്കിൽ സായുധ കലാ പത്തിലേക്ക് ജനത നീങ്ങിയേക്കുമെന്നും ഗാന്ധിജി കണക്കു കൂട്ടി.

ഗാന്ധിജി ഒരു 'ഉൾവിളി'ക്കായി കാത്തിരിക്കയായിരുന്നു.

ദിവസങ്ങൾ കഴിഞ്ഞപ്പോൾ അദ്ദേഹം ഒരു തീരുമാനത്തി ലെത്തിച്ചേർന്നു. യങ് ഇന്ത്യയിൽ ഇതു സംബന്ധിച്ച് എഴുതി. 'ഞാൻ അറസ്റ്റു ചെയ്യപ്പെടുമ്പോൾ' - എന്ന തലക്കെട്ടിലാണ് കുറിപ്പെഴുതിയത്. ഉപ്പു നികുതിയുടെ അനീതിയെക്കുറിച്ചാണ് അതിൽ പരാമർശിച്ചത്. ഉപ്പു നിയമത്തിലെ ശിക്ഷാകാര്യങ്ങളെ

ക്കുറിച്ച് ഗാന്ധിജിയെഴുതി.

1930 മാർച്ച് 2 നാണ് ഗാന്ധിജി വൈസ്രോയിക്ക് കത്തയച്ചത്. ഒൻപതു ദിവസങ്ങൾക്കകം നിയമലംഘനം തുടങ്ങുമെന്ന് കത്തിൽ മുന്നറിയിപ്പ് നല്കിയിരുന്നു. പ്രിയ സുഹൃത്തേ, എന്ന് സംബോധന ചെയ്തുകൊണ്ടുള്ള സാമാന്യം ദീർഘമായ കത്തായിരുന്നു. ഉപ്പു നികുതി ചുമത്തിയത് കർഷകർക്ക് താങ്ങാനാവാത്തതാണെന്ന് അതിൽ സൂചിപ്പിച്ചിരുന്നു. തികച്ചും ഹൃദയശൂന്യമായ നടപടിയാണിത്. ബ്രിട്ടീഷ് സർക്കാർ അവരുടെ ചൂഷണനടപടികൾ എത്രയും പെട്ടെന്ന് പിൻവലിക്കാത്തപക്ഷം എന്നോടൊപ്പം നിയമലംഘനത്തിന് സാമാന്യജനങ്ങളും സന്നദ്ധരാകും. അവർക്കുണ്ടാകുന്ന കഷ്ടപ്പാടുകൾ കഠിനഹൃദയങ്ങളെപ്പോലും ഉരുക്കുവാൻ പോരുന്നതായിരിക്കും. എന്നെ അറസ്റ്റുചെയ്ത് പദ്ധതിയെ പരാജയപ്പെടുത്തുവാൻ കഴിയുമെന്ന് തനിക്കറിയാം. എന്നാൽ, എന്റെ അറസ്റ്റിനുശേഷം ആ ജോലി അച്ചടക്കത്തോടെ ഏറ്റെടുക്കുവാൻ പതിനായിരങ്ങൾ സന്നദ്ധരായി മുന്നോട്ട് വരുമെന്നും ഗാന്ധിജി എഴുതി.

കത്ത് വായിച്ച ഇർവിൻ പ്രഭു മറുപടി എഴുതേണ്ടതില്ലെന്ന് തീരുമാനിച്ചു. വൈസ്രോയിക്ക് കത്തുകിട്ടിയെന്ന വിവരം അറിയിക്കാനായി അദ്ദേഹത്തിന്റെ സെക്രട്ടറി ഇങ്ങനെ എഴുതി.... "നിയമലംഘനവും ക്രമസമാധാന ഭഞ്ജനവും വരുത്തിവെക്കുമെന്ന് ഉറപ്പുള്ള ഒരു പ്രവർത്തനശൈലി അംഗീകരിക്കുവാൻ താങ്കൾ ആലോചിക്കുന്നുവെന്നറിയുന്നതിൽ വൈസ്രോയി ഖേദിക്കുന്നു..."

വൈസ്രോയിയുടെ കുറിപ്പ് വായിച്ച ഗാന്ധിജിയുടെ പ്രതികരണമിങ്ങനെയായിരുന്നു.... "മുട്ടുകുത്തി നിന്നുകൊണ്ട് ഞാൻ അപ്പം ആവശ്യപ്പെട്ടു. എനിക്ക് കിട്ടിയത് കല്ലാണ്."

ഗാന്ധിജി ഉപ്പു നിയമലംഘനം പ്രഖ്യാപിച്ചപ്പോൾ സർക്കാർ അമ്പരന്നുനിന്നു. കലാപകാരിയായ ഗാന്ധിജിയെ അറസ്റ്റ് ചെയ്യാതിരിക്കുന്നത് അപകടകരം തന്നെ. എന്നാൽ അറസ്റ്റുചെയ്താൽ അതിനേക്കാളേറെ അപകടകരമാണ്.

1930 മാർച്ച് പതിനൊന്നോടെ ഭാരതം തിളച്ചു മറിഞ്ഞു.

അടുത്ത ദിവസമാണ് ദണ്ഡിയാത്ര തുടങ്ങുന്നത്. നാനാദേശങ്ങളിൽ നിന്നുള്ള പത്രപ്രവർത്തകർ സബർമതിയിൽ വന്നെത്തി. ആയിരക്കണക്കിനാളുകളും ആശ്രമപരിസരത്ത് തിങ്ങിനിറഞ്ഞു. ലോകത്തിന്റെ നാനാഭാഗങ്ങളിൽ നിന്നും ഗാന്ധിജിക്ക് ആശംസാകമ്പികൾ എത്തിക്കൊണ്ടിരുന്നു. ന്യൂയോർക്കിൽ നിന്നും ഡോ. ജോൺ ഹോംസിന്റെ കമ്പിസന്ദേശം 'ഈശ്വരൻ താങ്കളെ കാത്തുരക്ഷിക്കട്ടെ' എന്നായിരുന്നു.

ഒരു പുരുഷായുസ്സിൽ ഒരിക്കൽ മാത്രം കൈവരുന്ന അവസരമാണ് തനിക്ക് കിട്ടിയിരിക്കുന്നതെന്ന് ഗാന്ധിജി വിലയിരുത്തി.

പൊലീസുകാരുടെ സൗകര്യത്തിനുവേണ്ടി സത്യഗ്രഹജാഥയിൽ പങ്കെടുക്കുന്നവരുടെ പേരുകൾ യങ് ഇന്ത്യയിൽ പ്രസിദ്ധപ്പെടുത്തി.

ഗാന്ധിജിയുടെ കൈയിൽ നീണ്ട മുളവടിയുണ്ടായിരുന്നു. അതിന്റെ താഴത്തെ അറ്റം ഇരുമ്പുചുറ്റ് പിടിച്ചിരുന്നു. വാർണീഷ് പുരട്ടി മിനുസപ്പെടുത്തുകയുംചെയ്തു. ചെമ്മൺ പാതകളിലൂടെയാണ് സത്യഗ്രഹികൾ മുന്നേറിയത്. വഴികളിൽ കർഷകർ വെള്ളം തളിച്ച് ഇലകളും പൂക്കളും വിതറി. സത്യഗ്രഹികൾ കടന്നുപോകുന്നതിന് ഇരുവശവും ജനങ്ങൾ തടിച്ചുകൂടി. ജനക്കൂട്ടങ്ങളോട് ഗാന്ധിജി ഹ്രസ്വമായി സംസാരിച്ചു. ഖാദി ധരിക്കുക, മദ്യം വർജ്ജിക്കുക, ശിശു വിവാഹം ഉപേക്ഷിക്കുക, ശുചിത്വം പാലിക്കുക, നിഷ്കളങ്കരായി ജീവിക്കുക, ഉപ്പുനിയമം ലംഘിക്കുക - എന്നീ കാര്യങ്ങൾ ഊന്നിപ്പറയുന്നതായിരുന്നു പ്രസംഗങ്ങൾ.

ഓരോ ദിവസം ഒരു നിശ്ചിതദൂരം മാത്രമേ സഞ്ചരിച്ചുള്ളൂ. കാൽനടയാത്രകൊണ്ട് ഗാന്ധിജി ഒട്ടും ക്ഷീണിച്ചില്ല. അദ്ദേഹത്തിന് യാത്ര വിനോദം പോലെയായിരുന്നു. പലർക്കും തളർച്ചയനുഭവപ്പെട്ടു. കാൽവേദന അസഹ്യമായി. അങ്ങനെയുള്ളവരെ കാളവണ്ടിയിൽ ഇരുത്തിയാണ് സത്യഗ്രഹജാഥ നീങ്ങിയത്. ഗാന്ധിജിക്കുവേണ്ടി കുതിരയെ തയ്യാറാക്കി നടത്തിച്ചിരുന്നു. എന്നാൽ, അദ്ദേഹത്തിന് കുതിര ഉപയോഗിക്കേണ്ടി വന്നില്ല.

വിശ്രമ കേന്ദ്രങ്ങളിൽ ഒരു മണിക്കൂറോളം നൂൽനൂല്ക്കുമായിരുന്നു. ഡയറിയെഴുത്തും പതിവായിരുന്നു.

ദണ്ഡിയാത്ര കടന്നുപോകുന്ന വഴികളിലെ ഗ്രാമത്തലവന്മാർ തങ്ങളുടെ സർക്കാർ ജോലി രാജിവച്ച് ജാഥയിൽ പങ്കാളികളായി. ഓരോ ഗ്രാമത്തിലുള്ളവരും അടുത്ത ഗ്രാമം വരെ ഗാന്ധിജിയെ അനുഗമിച്ചു. തങ്ങൾ സ്വതന്ത്രരാവുകയാണെന്ന ചിന്ത ജനങ്ങൾക്കുണ്ടായി. ഇനി തങ്ങളെ ചൂഷണം ചെയ്യാനാവില്ല. അടിമച്ചങ്ങലകൾ തകർന്നുവീഴുകയാണ്.

ഏപ്രിൽ 5 ന് ഗാന്ധിജിയും ഭടന്മാരും ദണ്ഡിയിലെത്തിച്ചേർന്നു. അന്ന് പ്രാർത്ഥനയിൽ മുഴുകി കഴിഞ്ഞുകൂടി. അടുത്ത പ്രഭാതത്തിൽ അതിരാവിലെ ഗാന്ധിജിയും സമരഭടന്മാരും കുളിച്ച് ശുദ്ധിനേടി. പ്രഭാത പ്രാർത്ഥനയ്ക്കുശേഷം ഗാന്ധിജി മുന്നിൽ നടന്നു. സത്യഗ്രഹ ഭടന്മാർ പിന്നാലെ. കടപ്പുറം ജനസഹസ്രങ്ങളെക്കൊണ്ട് നിറഞ്ഞു. അവർ ഗാന്ധിജിക്ക് ജയാരവം മുഴക്കിക്കൊണ്ടിരുന്നു.

ഗാന്ധിജി സാവധാനം കടലിലിറങ്ങി. ഉടൻതന്നെ തീരത്തേക്ക് മടങ്ങി. തിരമാലകൾ തീരത്തേക്കടിച്ചു കയറി. വെള്ളമിറങ്ങിയപ്പോൾ ഉപ്പു പരലുകൾ അവശേഷിച്ചു. ഗാന്ധിജി കുനിഞ്ഞ് ആ ഉപ്പ് പരലുകൾ വാരിയെടുത്തു. 'വിമോചകൻ വിജയിക്കട്ടെ...' എന്ന മുദ്രാവാക്യം സരോജിനി നായിഡു വിളിച്ചു. ജനം ഏറ്റുവിളിച്ചു. കടലിലേക്കിറങ്ങുന്നതിനുമുമ്പ് ഗാന്ധിജി ജനങ്ങളെ ഉദ്ബോധിപ്പിച്ചു.....

> സിവിൽ നിയമലംഘനം തുടങ്ങിയാൽ എന്നെ അറസ്റ്റ് ചെയ്യാതിരിക്കില്ല. അങ്ങനെവന്നാൽ എന്തുചെയ്യണമെന്ന കാര്യം ആലോചിക്കണം. എന്റെ അറസ്റ്റിനുശേഷവും നിശ്ശബ്ദവും നിർജ്ജീവവുമായ സമരമല്ല തുടരേണ്ടത്. സജീവവും ക്രിയാത്മകവുമായ അക്രമരാഹിത്യം മുന്നോട്ട് കൊണ്ടുപോകണം. ഇന്ത്യൻ സ്വാതന്ത്ര്യം സമ്പാദിക്കുന്നതിന് അക്രമരഹിത സമരമാണ് ഉചിതമെന്ന് കരുതുന്ന ഒറ്റ വ്യക്തിയും ജയിലിനുപുറത്ത് ജീവനോടെ ഉണ്ടാവ

രുത്. എല്ലാവരും സത്യഗ്രഹത്തിന്റെ ഭാഗമാകണം. ഇനി മുതൽ ആരും അടിമത്തത്തിന് വിധേയമാകരുത്.

ലോകത്തെ വിസ്മയിപ്പിച്ച മഹായജ്ഞം തുടങ്ങി. ഗാന്ധിജിയെ തുടർന്ന് സമരഭടന്മാരും ഉപ്പ് വാരിയെടുത്ത് കൈസഞ്ചിയിലിട്ടു.

കൈയ്ക്കുള്ളിലൊതുക്കിപ്പിടിച്ച ഉപ്പ് പരലുകൾ നോക്കിക്കൊണ്ട് ഗാന്ധിജി പ്രഖ്യാപിച്ചു... "കൈയ്ക്കുള്ളിലെ ഈ ഉപ്പ് ശക്തിയുടെ പ്രതീകമാണ്. ഈ മുഷ്ടി തല്ലിത്തകർക്കാൻ കഴിഞ്ഞേക്കും. എങ്കിലും ഈ ഉപ്പ് വിട്ടുകൊടുക്കില്ല."

ജനം ആവേശത്തോടെ ആരവം മുഴക്കി.

ഉപ്പ് നിർമ്മാണം സർക്കാരിന്റെ അവകാശമായിരുന്നു. സ്വകാര്യ വ്യക്തികൾ അത് കൈവശം വയ്ക്കരുത്. അങ്ങനെ വയ്ക്കുന്നത് കുറ്റകൃത്യമാണ്. ഗാന്ധിജി ആ കുറ്റം ചെയ്തിരിക്കുന്നു. ഉപ്പു നിയമം ലംഘിച്ചിരിക്കുന്നു. സർക്കാരിന്റെ കുത്തകാവകാശത്തെ ചോദ്യം ചെയ്തിരിക്കുന്നു. വായുവും വെള്ളവും പോലെ ഉപ്പും പ്രകൃതിദത്തമാണെന്നദ്ദേഹം പറഞ്ഞു.

ഗാന്ധിജി തീവണ്ടിയിലോ കാറിലോ കയറിയല്ല ദണ്ഡിയിലെത്തിയത്. ഇരുപത്തിനാലു ദിവസം കാൽനടയാത്ര ചെയ്തു. വഴിനീളെ ജനങ്ങളോട് സംസാരിച്ചു. ബ്രിട്ടീഷ് സാമാജ്ര്യത്തെ ഒരു പിടി ഉപ്പുവാരി ചോദ്യം ചെയ്തു. "എൽബാദ്വീപിൽനിന്ന് മടങ്ങിയെത്തിയ നെപ്പോളിയൻ പാരീസിലേക്ക് നടത്തിയ സൈനികമുന്നേറ്റം പോലെയാണ് ഗാന്ധിജി ദണ്ഡിയിലേക്ക് യാത്ര നടത്തിയത്-" എന്ന് സുഭാഷ് ചന്ദ്രബോസ് പറയുകയുണ്ടായി.

ഉപ്പുനിയമ ലംഘനത്തെത്തുടർന്ന് ഗാന്ധിജി ജനങ്ങളെ നോക്കി പ്രസംഗിച്ചു...

ഇവിടെ ഉപ്പു നിയമം ലംഘിക്കപ്പെട്ടു. സർക്കാർ നടപടി നേരിടാനൊരുക്കമുള്ള ആർക്കും ഇനിമുതൽ എവിടെ വച്ചും നിയമം ലംഘിക്കാം. പ്രവർത്തകർ പറ്റുന്നിട

ത്തെല്ലാം ചെന്ന് ഉപ്പ് വാരിയെടുക്കണം. സമുദ്രജലം കുറുക്കി ഉപ്പുണ്ടാക്കണം. അധികാരികളെ വെല്ലുവിളിച്ചു കൊണ്ട് പരസ്യമായി നിയമം ലംഘിക്കണം. അക്രമമാർഗ്ഗം തീർത്തും ഉപേക്ഷിക്കണം. പവിത്രമായ ഈ കർമ്മത്തിൽ പങ്കെടുക്കാൻ സാധിക്കാത്തവർ വിദേശവസ്ത്ര ബഹിഷ്കരണത്തിലും ഖാദി പ്രചരണത്തിലും പങ്കെടുക്കാം...

ഗാന്ധിജിയുടെ ആഹ്വാനം ഭാരതീയരെ ഇളക്കിമറിച്ചു. പുതുമയാർന്ന സമരത്തിന്റെ അലകൾ രാജ്യമെങ്ങും വ്യാപിച്ചു. ആയുധം കൂടാതെയുള്ള സമരമാർഗ്ഗത്തിൽ ജനം ആവേശത്തോടെ പങ്കെടുത്തു. ഗ്രാമങ്ങളിലുള്ള ഉപ്പു കുറുക്കാനുള്ള മൺചട്ടികളുമായി കടലോരങ്ങളിലേക്ക് മാർച്ച് ചെയ്തു. മർദ്ദനമുറകളും അറസ്റ്റുംകൊണ്ട് പൊലീസ് സമരത്തെ നേരിട്ടു. ഗാന്ധിജിയുടെ മകൻ രാമദാസ് ഗാന്ധി ഒരു സംഘം ആശ്രമവാസികളോടൊപ്പം നിയമം ലംഘിച്ച് അറസ്റ്റുവരിച്ചു. പണ്ഡിറ്റ് മദനമോഹൻ മാളവ്യ കേന്ദ്രമന്ത്രിസഭയിൽനിന്ന് രാജിവച്ചു.

മഹാത്മജിയുടെ നേർക്ക് വളരെ കരുതലോടെയാണ് സർക്കാർ നീങ്ങിയത്. പെട്ടെന്നദ്ദേഹത്തെ അറസ്റ്റ് ചെയ്തില്ല. പകരം യങ് ഇന്ത്യ പ്രസ് കണ്ടുകെട്ടി.

സത്യഗ്രഹികൾ നിയമം ലംഘിച്ചുണ്ടാക്കിയ ഉപ്പ് പരസ്യമായി പ്രദർശിപ്പിക്കുകയും വില്ക്കുകയും ചെയ്തു. പൊലീസ് ലാത്തിച്ചാർജ്ജ് നടത്തി ജനങ്ങളെ പിരിച്ചുവിടാൻ തുനിഞ്ഞു. ഉപ്പ് കുറുക്കുന്ന ചട്ടികൾ തച്ചുടച്ചു. പക്ഷേ, ജനങ്ങളുടെ മനോവീര്യം തകർന്നില്ല. വിദേശവസ്ത്ര ബഹിഷ്കരണങ്ങളിൽ നൂറുകണക്കിനാളുകൾ പങ്കെടുത്തു. ദണ്ഡിയിലെ നിയമ ലംഘനത്തിനുശേഷം അഹമ്മദാബാദിൽ നൂറുകണക്കിനാളുകൾ ഉപ്പുണ്ടാക്കി. കോൺഗ്രസ് പ്രവർത്തകർ അത് വിതരണം ചെയ്തു. ജനങ്ങൾ പണം നല്കി ഉപ്പുവാങ്ങി. ദണ്ഡിയിൽ വച്ചുണ്ടാക്കിയ ഉപ്പ് ദിവ്യമായ വസ്തുപോലെ വീട്ടിൽ കൊണ്ടുപോയി സൂക്ഷിച്ചു.

ഉപ്പു നിയമലംഘനം രാജ്യവ്യാപകമായി. ബീഹാറിലും

ബംഗാളിലും മഹാരാഷ്ട്രയിലും കേരളത്തിലും ആയിരക്കണക്കിനാളുകൾ രംഗത്തിറങ്ങി. ജവഹർലാൽ നെഹ്റു അലഹാബാദിൽ വച്ചാണ് അറസ്റ്റിലായത്. മഹിളകളടക്കം തെരുവിലിറങ്ങി മുദ്രാവാക്യം മുഴക്കി. ഉപ്പു സംബന്ധിച്ച ലഘുലേഖകൾ വിതരണം ചെയ്തു. ജനമുന്നേറ്റം തടയുവാൻ പൊലീസ് പല മാർഗ്ഗങ്ങളും സ്വീകരിച്ചു. ബീഹാറിലെ പാറ്റ്നയിൽ ജനങ്ങളെ തടയാൻ റോഡിൽ തടസ്സങ്ങൾ സൃഷ്ടിച്ചു. ജനം അവിടെത്തന്നെ ഇരുന്ന് സമരം ചെയ്തു. കുതിരപ്പടയെക്കൊണ്ട് ജനങ്ങളെ നേരിടാൻ ശ്രമിച്ചു. ജനം ഇളകിയില്ല. പകരം ജനം നിലത്ത് നിവർന്നു കിടന്നു. പൊലീസ് സമരക്കാരെ വലിച്ചെടുത്ത് ലോറികളിൽ കയറ്റി.

ഗ്രാമങ്ങളിൽ ലക്ഷക്കണക്കിനാളുകൾ ഉപ്പുണ്ടാക്കി. കറാച്ചിയിൽ ആയിരക്കണക്കിനാളുകൾ നിയമം ലംഘിച്ചു. പ്രകടനത്തിനു നേർക്കുള്ള വെടിവയ്പ്പിൽ രണ്ടുപേർ കൊല്ലപ്പെട്ടു. ദേശീയ സമരത്തോട് അനുഭാവം പുലർത്തുന്ന പത്രങ്ങൾക്ക് സെൻസർഷിപ്പ് ഏർപ്പെടുത്തിയിരുന്നു. അതുകൊണ്ട് സ്വമേധയാ പലപത്രങ്ങളും പ്രസിദ്ധീകരണം നിർത്തിവച്ചു.

ഗാന്ധിജി നിയമലംഘനം നടത്തി ഒരു മാസം കഴിഞ്ഞിട്ടും ജനങ്ങളുടെ ആവേശം തണുത്തില്ല. സത്യഗ്രഹികൾ അക്രമ മാർഗ്ഗം സ്വീകരിച്ചില്ലെന്നത് പ്രത്യേകതയാണ്. ഗാന്ധിജിയുടെ സിദ്ധാന്തത്തെ ഇന്ത്യൻ ജനത നിധിപോലെ കാത്തുസൂക്ഷിച്ചു. ഏതെങ്കിലും തരത്തിലുള്ള അക്രമമുണ്ടായാൽ അദ്ദേഹം നിയമലംഘനം പിൻവലിക്കുമായിരുന്നു.

1930 മെയ് നാലിന്റെ രാത്രി.

ദണ്ഡിക്കടുത്തു കാരടി എന്ന ഗ്രാമത്തിൽ മരത്തിന്റെ കീഴെ കെട്ടിയുണ്ടാക്കിയ കുടിലിൽ ഗാന്ധിജിയും അനുയായികളും വിശ്രമിക്കുകയായിരുന്നു. സമയം അർദ്ധരാത്രി കഴിഞ്ഞപ്പോൾ തോക്കും കുന്തവുമായി പൊലീസുകാരും ഉദ്യോഗസ്ഥരും ജില്ല മജിസ്ട്രേട്ടും അവിടേക്ക് പ്രവേശിച്ചു. ബഹളം കേട്ട് ഗാന്ധിജി എഴുന്നേറ്റിരുന്നു. അറസ്റ്റുചെയ്യാനാണ് വന്നിരിക്കുന്നതെന്ന്

ഉദ്യോഗസ്ഥർ അറിയിച്ചു. തനിക്കു പ്രഭാതകൃത്യങ്ങൾ നിർവ്വഹിക്കാനുള്ള സമയം അനുവദിക്കണമെന്നദ്ദേഹം ആവശ്യപ്പെട്ടു.

ചെറിയൊരു സഞ്ചിയിൽ അത്യാവശ്യ സാധനങ്ങളും കടലാസുകളും എടുത്തശേഷം ഗാന്ധിജി തയ്യാറായി.

4

പയ്യന്നൂരിലേക്ക്

വരിക വരിക സഹജരേ, വലിയ സഹനസമരമായ്,
കരളലിഞ്ഞു കൈകൾ കോർത്ത് കാൽനടയ്ക്ക് പോകനാം.
വിജയമെങ്കിൽ വിജയവും മരണമെങ്കിൽ മരണവും
ദയവിഹീനമഖില ജനവുമാശ്വസിച്ചിറങ്ങണം.
ബ്രിട്ടനെയിളക്കുവിൻ ചട്ടമൊക്കെ മാറ്റുവിൻ
ദുഷ്ടനീതി വിഷ്ടപത്തിലൊട്ടുമേ ജയിച്ചിടാ....

അംശി നാരായണപിള്ളയുടെ ഈ മാർച്ചിങ് സോങ് 1930 കാലത്ത് കേരളമാകെ അലയടിക്കുകയുണ്ടായി.

1929 ൽ ജവഹർലാലിന്റെ അദ്ധ്യക്ഷതയിൽ കൂടിയ ലാഹോർ കോൺഗ്രസ് സമ്മേളനം പൂർണ്ണസ്വരാജാണ് നമ്മുടെ ലക്ഷ്യം എന്ന് പ്രഖ്യാപിച്ചു. അതോടൊപ്പം നിയമലംഘന പ്രസ്ഥാനം ആരംഭിക്കുമെന്നും തീരുമാനിച്ചു. 1930 ജനുവരി 26 സ്വാതന്ത്ര്യ ദിനമായാചരിക്കാനും ആഹ്വാനം ചെയ്തു.

ഇന്ത്യയുടെ എല്ലാ ഭാഗങ്ങളിലുമെന്നതുപോലെ കേരളത്തിലും പതാക ഉയർത്തലും പ്രതിജ്ഞാവാചകം ചൊല്ലലും നടന്നു. ഗാന്ധിജി എഴുതി തയ്യാറാക്കിയ ആ പ്രതിജ്ഞ ഇങ്ങനെയായിരുന്നു....

മറ്റെല്ലാ ജനവിഭാഗങ്ങൾക്കുമെന്നപോലെ ഇന്ത്യൻ ജനതയ്ക്കും സ്വാതന്ത്ര്യം കിട്ടാനും തങ്ങളുടെ അദ്ധ്വാനഫലമനുസരിച്ച് ജീവിതാവശ്യങ്ങൾ നേടാനും അങ്ങനെ പൂർണ്ണ വളർച്ചയെത്താനുമുള്ള അവകാശമുണ്ട്. അതാരും അപഹരിച്ചുകൂടെന്ന് നാം വിശ്വസിക്കുന്നു. ഏതെങ്കിലും ഗവൺമെന്റ് ഈ അവകാശം നിഷേധിക്കുന്നപക്ഷം ആ ഗവൺമെന്റിനെ മാറ്റാനും തകർക്കാനും ജനങ്ങൾക്കവകാശമുണ്ടെന്നുകൂടി വിശ്വസിക്കുന്നു. ബ്രിട്ടീഷ് ഗവൺമെന്റ് ഇന്ത്യൻ ജനതയുടെ സ്വാതന്ത്ര്യം അപഹരിച്ചെടുക്കുക മാത്രമല്ല ചെയ്തിട്ടുള്ളത്. ആ ഭരണം തന്നെ ജനചൂഷണത്തെ ആസ്പദമാക്കിയുള്ളതാണ്. അത് ഇന്ത്യയെ സാമ്പത്തികമായും രാഷ്ട്രീയമായും സാംസ്കാരികമായും ആത്മീയമായും നശിപ്പിച്ചിരിക്കുന്നു. അതുകൊണ്ട് ബ്രിട്ടനുമായുള്ള ബന്ധം വേർപെടുത്തി ഇന്ത്യ പൂർണ്ണ സ്വാതന്ത്ര്യം നേടണമെന്ന് നാം വിശ്വസിക്കുന്നു. അതുകൊണ്ട് പൂർണ്ണ സ്വാതന്ത്ര്യലബ്ദ്ധിക്കുവേണ്ടി കോൺഗ്രസ് അപ്പപ്പോൾ പുറപ്പെടുവിക്കുന്ന നിർദ്ദേശങ്ങൾ നടപ്പിലാക്കാമെന്ന് നാം ഗൗരവപൂർവ്വം പ്രതിജ്ഞ ചെയ്യുന്നു.

ഈ പ്രതിജ്ഞ ആയിരക്കണക്കിന് കണ്ഠങ്ങളിൽ പ്രതിദ്ധ്വനിച്ചു. രാജ്യവ്യാപകമായി സ്വാതന്ത്ര്യസമരം ആരംഭിക്കുകയായിരുന്നു. ഗാന്ധിജിയും സത്യഗ്രഹികളും ദണ്ഡികടപ്പുറത്തെത്തി ഉപ്പുനിയമം ലംഘിച്ചു. ഉപ്പുനിയമ ലംഘനപ്രക്ഷോഭം നാടെങ്ങും വ്യാപിച്ചു. കേരളത്തിലും ഉപ്പുസമരം നടന്നു.

"സാധിക്കുന്ന ദിക്കിൽവെച്ചെല്ലാം വളണ്ടിയർമാരെ ചേർത്ത് ഉപ്പുസത്യഗ്രഹം നടത്തുവാൻ കോൺഗ്രസദ്ധ്യക്ഷൻ നിർദ്ദേശം നല്കിയതനുസരിച്ച് കെ കേളപ്പനും ഞാനും സി എച്ച് ഗോവിന്ദൻ നമ്പ്യാരും മലബാറിൽ കൂടി ഉപ്പുസത്യഗ്രഹം നടത്തുവാൻ ആലോചിച്ചു." മൊയാരത്തു ശങ്കരന്റെ ജീവിതകഥയിൽ വിവരി

ക്കുന്നു. ഉപ്പുസത്യഗ്രഹം കേരളത്തിൽ സാധിക്കില്ല എന്ന ചിന്താഗതി ചിലർക്കുണ്ടായിരുന്നു. 1921 ൽ മലബാറിൽ ഖിലാഫത്തു പ്രക്ഷോഭം നടക്കുകയുണ്ടായി. ഉപ്പുസമരം നടത്തിയാൽ അതുപോലുള്ള ലഹളയുണ്ടാകുമെന്നും അഭിപ്രായപ്പെട്ടു.

ഗാന്ധിജിയുടെ ദണ്ഡിയാത്ര വാർത്ത *മാതൃഭൂമി* പത്രത്തിൽ വന്നുകൊണ്ടിരുന്നു. അത് വായിച്ച് യുവജനങ്ങൾ ആവേശം കൊള്ളുന്നുണ്ടായിരുന്നു.

1930 മാർച്ച് 9 ന് വടകരയിൽ കെ പി സി സി യോഗം ചേർന്നു. ഉപ്പു സത്യഗ്രഹമായിരുന്നു പ്രധാന ചർച്ചാ വിഷയം. നിയമലംഘനത്തെ അനുകൂലിച്ചും എതിർത്തും അംഗങ്ങൾ സംസാരിച്ചു. ഉപ്പു സത്യഗ്രഹം ഇവിടെ വേണ്ടെന്ന വാദക്കാരനായിരുന്നു കെ മാധവൻ നായർ. സമരം നടത്തണമെന്ന് നിർബ്ബന്ധമുള്ളവർ തമിഴ്നാട്ടിലെ വേദാരണ്യം എന്ന സ്ഥലത്ത് പങ്കെടുക്കട്ടെ എന്നും മാധവൻ നായർ പറഞ്ഞു. നിസ്സഹകരണ പ്രസ്ഥാനത്ത് പൊട്ടിപ്പുറപ്പെട്ടതുപോലുള്ള ഹിന്ദു-മുസ്ലീം ലഹള വീണ്ടുമുണ്ടാകുമോ എന്നദ്ദേഹം ആശങ്കപ്പെട്ടു.

കേരളത്തിൽ ഉപ്പു സത്യഗ്രഹം ഉടനെ തുടങ്ങണമെന്നും അത് പയ്യന്നൂരിലായിരിക്കണമെന്നുള്ള പ്രമേയം മൊയാരത്ത് ശങ്കരനാണ് വടകര സമ്മേളനത്തിൽ അവതരിപ്പിച്ചത്. പാലത്തിൽ ഗോപാലൻ പ്രമേയം പിൻതാങ്ങി. സി എച്ച് ഗോവിന്ദൻ നമ്പ്യാർ അനുകൂലിച്ച് സംസാരിച്ചു. വാദപ്രതിവാദങ്ങൾക്കൊടുവിൽ കെ കേളപ്പൻ ഉറപ്പിച്ചുപറഞ്ഞു – "നാനൂറു നാഴിക കടൽത്തീരമുള്ള കേരളത്തിൽ ഉപ്പു നിയമലംഘനം നടക്കില്ലെന്നും സൗകര്യമില്ലെന്നും പറയുന്നത് എനിക്ക് മനസ്സിലാവുന്നില്ല. ഇവിടെയും ഉപ്പു നിയമലംഘനം നടക്കും. ആരുംതന്നെ ഒരുക്കമില്ലെങ്കിലും ഞാൻ ഒറ്റയ്ക്ക് ഉപ്പുനിയമം ലംഘിക്കും..."

കേളപ്പന്റെ പ്രഖ്യാപനം ആവേശം വിതറി. ഉടൻതന്നെ മൊയാരത്തു ശങ്കരന്റെ പ്രമേയവും വന്നു. പാലക്കാട്, കോഴിക്കോട്, വടക്കേ മലബാർ എന്നിവിടങ്ങളിൽ മാത്രം സമരം നടത്തിയാൽ മതിയെന്നും നിശ്ചയിച്ചു. വടകര കോൺഗ്രസ് സമ്മേ

ളനം നടക്കുന്ന കെട്ടിടത്തിനു മുന്നിലും മറ്റുമായി ജനങ്ങൾ തിങ്ങിനിറഞ്ഞിരുന്നു. ഉപ്പു സത്യഗ്രഹം നടത്താൻ തീരുമാനമെടുത്തതറിഞ്ഞപ്പോൾ അവർ കൈയടിച്ചാർത്ത് ആവേശം പ്രകടിപ്പിച്ചു.

പയ്യന്നൂരിൽവച്ച് ഉപ്പുനിയമം ലംഘിക്കണമെന്ന് തീരുമാനമുണ്ടായി. ഖാദിയുടെയും ഹിന്ദിയുടെയും നാടാണ് പയ്യന്നൂർ. സാഹിത്യരംഗത്തും ഈ നാടിന് പ്രശസ്തിയുണ്ട്. 1928 ൽ ജവഹർലാൽ നെഹ്റു പങ്കെടുത്ത കോൺഗ്രസ് സംസ്ഥാന സമ്മേളനം നടന്നത് പയ്യന്നൂരിലാണ്. പയ്യന്നൂരിന്റെ ഭൂമിശാസ്ത്രം കേളപ്പൻ നന്നായി പഠിച്ചിരുന്നു. ഈ പശ്ചാത്തലത്തിൽ പയ്യന്നൂർ എന്തുകൊണ്ടും യോജിച്ചതാണെന്ന് വിലയിരുത്തപ്പെട്ടു. പ്രവർത്തനങ്ങൾ സംഘടിപ്പിക്കുവാൻ കേളപ്പൻ അദ്ധ്യക്ഷനായും കുറൂർ നീലകണ്ഠൻ നമ്പൂതിരിപ്പാട്, മൊയാരത്ത് ശങ്കരൻ, മാധവൻനായർ, പി കെ കുഞ്ഞിശങ്കരമേനോൻ എന്നിവർ അംഗങ്ങളുമായി ഒരു കമ്മിറ്റിയെ നിയോഗിച്ചു. ഏപ്രിൽ 3 ന് വീണ്ടും കെ പി സി സി സംസ്ഥാനകമ്മിറ്റി കോഴിക്കോട് ചേർന്നു. ഏപ്രിൽ 13 ന് ഉപ്പുസമരയാത്ര തുടങ്ങുവാൻ തീരുമാനമെടുത്തു.

ഉപ്പുസത്യഗ്രഹത്തിൽ വളണ്ടിയർമാരായി ചേരാനാഗ്രഹിക്കുന്നവർ അവരുടെ പേരുവിവരങ്ങൾ അറിയിക്കണമെന്ന കേളപ്പന്റെ പ്രസ്താവന *മാതൃഭൂമി* പത്രത്തിൽ പ്രസിദ്ധപ്പെടുത്തി. കോഴിക്കോട് ചാലപ്പുറം തളിക്ഷേത്രത്തിനടുത്തുള്ള 'വെർകോട്ട് വീട്' എന്ന വീടാണ് വളണ്ടിയർ ക്യാമ്പായി മാറിയത്. നാട്ടുരാജ്യങ്ങളിൽ നിയമം ലംഘിക്കരുതെന്ന് ഗാന്ധിജി നിർദ്ദേശിച്ചിരുന്നു. അതിനാൽ തിരുവിതാംകൂറിലും കൊച്ചിയിലും സത്യഗ്രഹം നടന്നില്ല. അവിടെയുള്ളവർ മലബാറിലേക്കും മദിരാശിയിലേക്കുമാണ് പോയത്.

കേളപ്പന്റെ ആഹ്വാനമനുസരിച്ച് നൂറ്റിപ്പത്തുപേർ വളണ്ടിയറാകാൻ സന്നദ്ധത പ്രകടിപ്പിച്ചു. റെയിൽവേ ജോലി ഉപേക്ഷിച്ച് എ കെ വാരിയർ കോഴിക്കോട്ടെത്തി. താഴക്കാട്ടുമനയിലെ ഹരീ

ശ്വരൻ തിരുമുമ്പ് റെയിൽവേ ക്ലാർക്ക് ജോലി വേണ്ടെന്നുവച്ച് സമരസന്നദ്ധനായി. മുപ്പത്തിരണ്ടുപേരെയാണ് സത്യഗ്രഹ വളണ്ടിയർമാരായി തെരഞ്ഞെടുത്തത്.

1. കെ കേളപ്പൻ - ജാഥാ ലീഡർ
2. കെ ടി കുഞ്ഞിരാമൻ നമ്പ്യാർ, കൂട്ടാളി - ജാഥാ ക്യാപ്റ്റൻ
3. പി കൃഷ്ണപിള്ള - ഒരു ഗ്രൂപ്പിന്റെ ലീഡർ
4. എം എൻ പിഷാരടി - രണ്ടാം ഗ്രൂപ്പ് ലീഡർ
5. കെ കേശവൻ നായർ - മൂന്നാം ഗ്രൂപ്പ് ലീഡർ
6. കെ പി ഗോപാലൻ, കണ്ണൂർ
7. വൈദ്യർ വി പി ശ്രീകണ്ഠപൊതുവാൾ, പയ്യന്നൂർ
8. ടി എസ് തിരുമുമ്പ്, പയ്യന്നൂർ
9. പി കേശവൻ നമ്പ്യാർ
10. രാമക്കുറുപ്പ്, പയ്യോളി
11. വി ഉണ്ണമ്മൻ ഉണിത്തിരി, കരിവെള്ളൂർ
12. പി സി കുഞ്ഞിരാമൻ അടിയോടി
13. എം വി അപ്പുമാസ്റ്റർ
14. കെ കെ പി രാമപൊതുവാൾ, പയ്യന്നൂർ
15. എം കുഞ്ഞാണ്ടി
16. പി ആർ ഗോപാലപിള്ള
17. വി എം കൃഷ്ണനൻ നായർ, ബേളൂർ, കാഞ്ഞങ്ങാട്
18. കെ മാധവൻ, കാഞ്ഞങ്ങാട്
19. പി അബു
20. കെ എ കേരളീയൻ
21. കെ കേളുക്കുറുപ്പ്
22. ടി പി രാവുണ്ണിക്കിടാവ്
23. എ കെ വാരിയർ
24. എ നാരായണ പൈ

25. സി അച്യുതക്കുറുപ്പ്
26. കെ നാരായണൻ നായർ
27. സി കേശവപിള്ള
28. കെ എം കുഞ്ഞിരാമൻ നമ്പ്യാർ
29. എൻ വി ഗൗരീദാസ്
30. കെ കുമാരൻ നായർ
31. വി അമ്പു, കാഞ്ഞങ്ങാട്
32. വി പി കൃഷ്ണൻ നായർ, കാഞ്ഞങ്ങാട്
33. കുഞ്ഞപ്പനമ്പ്യാർ, തില്ലങ്കേരി
34. കെ വി കുഞ്ഞിരാമ പൊതുവാൾ, പയ്യന്നൂർ.

ജാഥാ പൈലറ്റ്

1. മൊയാരത്ത് ശങ്കരൻ
2. സി എച്ച് ഗോവിന്ദൻ നമ്പ്യാർ
3. കുഞ്ഞിശങ്കരമേനോൻ
4. പി കുമാരൻ

കെ കേളപ്പൻ ജാഥാ ലീഡറും കെ ടി കുഞ്ഞിരാമൻ നമ്പ്യാർ ക്യാപ്റ്റനുമായിരുന്നു. ബാക്കിയുള്ള 32 പേർ അംഗങ്ങൾ. അംഗങ്ങൾ മൂന്നു ബാച്ചായി തരംതിരിഞ്ഞിരുന്നു. മൂന്നു ബാച്ചിനും ഓരോരോ ക്യാപ്റ്റൻ. ഒരു ബാച്ചിന്റെ ക്യാപ്റ്റൻ കൃഷ്ണപിള്ളയായിരുന്നു. സമര വളണ്ടിയർമാരെ സംബോധന ചെയ്തുകൊണ്ട് കെ കേളപ്പൻ പറഞ്ഞു – "എന്തും നേരിടാൻ നിങ്ങൾ ബാദ്ധ്യസ്ഥരാണ്. ജയിലും മർദ്ദനവും തൂക്കുമരവുംപോലും നിങ്ങൾക്ക് നേരിടേണ്ടിവന്നേക്കാം. നമ്മുടെ പടനായകൻ മഹാത്മജി ഇന്ത്യക്കാരായ ഓരോരുത്തർക്കും ഉപ്പുനിയമം ലംഘിക്കാൻ അനുവാദം നല്കിക്കഴിഞ്ഞു. അക്രമരഹിതമായ ഈ സത്യഗ്രഹം എന്തു ത്യാഗം സഹിച്ചും മുന്നോട്ടുകൊണ്ടുപോകണം..."

1930 ഏപ്രിൽ 13 ഞായറാഴ്ച.

ഉപ്പു സത്യഗ്രഹ വളണ്ടിയർമാർ കുളിച്ചൊരുങ്ങി. കെ പി സി സി സെക്രട്ടറി കെ മാധവൻ നായരും യുവജനസംഘം പ്രതിനിധി ടി എ രാഘവക്കുറുപ്പും വളണ്ടിയർമാരെ മാലയണിയിച്ചു. മാധവൻനായർ ആദ്യം എതിർത്തു പറഞ്ഞിരുന്നെങ്കിലും പിന്നീട് അഭിപ്രായം മാറ്റുകയായിരുന്നു. അദ്ദേഹം അഞ്ഞൂറു രൂപയുടെ ഒരു കിഴിയും കേളപ്പനെ ഏല്പിച്ചു. വല്ലഭദാസ് പുരുഷോത്തം സേട്ട് വളണ്ടിയർമാരെ തിലകമണിയിച്ചു.

കേളപ്പൻ മുന്നിൽ നടന്നു. അംഗങ്ങൾ മൂന്നുഗ്രൂപ്പായി പിന്നിൽ. നാനാദേശത്തുനിന്നും വന്നെത്തിയ ജനത മുദ്രാവാക്യം വിളിയോടെ അനുഗമിച്ചു. ഗ്രൂപ്പ് ലീഡറായ കൃഷ്ണപിള്ള ദേശീയപതാക ഉയർത്തിപ്പിടിച്ച് തമിഴ് കവി സുബ്രഹ്മണ്യഭാരതിയുടെ കവിത പാടി....

വാഴ്ക വാഴ്ക ഭാരതസമുദായം വാഴ്കവേ...
വീഴ്ക വീഴ്ക ബ്രിട്ടീഷ് സമുദായം വീഴ്കവേ...

കൃഷ്ണപിള്ള ഉറക്കെ ചൊല്ലി. അംഗങ്ങൾ ആവേശത്തോടെ ഏറ്റുചൊല്ലി. ജനങ്ങളും ഈരടികൾ പാടിക്കൊണ്ടിരുന്നു. മലബാർ ക്രിസ്ത്യൻ കോളേജിനു മുന്നിലുള്ള റോഡിൽ ജാഥയ്ക്ക് അതിഗംഭീരമായ സ്വീകരണം നല്കി. വളണ്ടിയർമാരുടെ മേൽ പുഷ്പവൃഷ്ടി നടത്തി. പനിനീർ തളിക്കുകയും ചെയ്തു. വളണ്ടിയർ സംഘത്തിന് നാരാങ്ങാനീരും നല്കി. തദവസരത്തിൽ യു ഗോപാലമേനോൻ പ്രസംഗിച്ചു.

മൊയാരത്തു ശങ്കരൻ, കുഞ്ഞിശങ്കരമേനോൻ, പി കുമാരൻ, സി എച്ച് ഗോവിന്ദൻ നമ്പ്യാർ എന്നിവർ പൈലറ്റായി മുന്നിൽ സഞ്ചരിച്ചിരുന്നു. വഴിയിലെ സ്വീകരണങ്ങൾ ഏർപ്പാടാക്കിയത് ഈ സംഘമാണ്. ചെലവിനുള്ള പണം ഉണ്ടാക്കുകയും വേണം. ഇതിനൊക്കെ പുറമെ നാട്ടുകാരെ സ്വീകരണ കേന്ദ്രങ്ങളിലെത്തിക്കയും വേണം. കോഴിക്കോടു മുതൽ തലശ്ശേരി വരെ മൊയാരത്തു ശങ്കരനും തലശ്ശേരി മുതൽ പയ്യന്നൂർവരെ സി എച്ച്

ഗോവിന്ദൻ നമ്പ്യാരും സ്വീകരണ ചുമതല ഏറ്റെടുത്തു. സത്യഗ്രഹജാഥയുടെ അതാതുദിവസത്തെ പരിപാടിയും പ്രത്യേക സംഭവങ്ങളും *മാതൃഭൂമി* ദിനപ്പത്രത്തിൽ പ്രസിദ്ധീകരിച്ചുകൊണ്ടിരുന്നു.

അത്യുത്തര കേരളം സ്വാതന്ത്ര്യസമരത്തിൽ എന്ന ഗ്രന്ഥത്തിൽ എ വി ശ്രീകണ്ഠ പൊതുവാൾ വിവരിക്കുന്നത് നോക്കുക:

> വഴിനീളെ ജാഥയ്ക്ക് ഉജ്ജ്വലമായ സ്വീകരണങ്ങൾ ലഭിച്ചു. സത്യഗ്രഹജാഥയുടെ വിവരങ്ങൾ പ്രസിദ്ധപ്പെടുത്തുന്നതുവഴി സത്യഗ്രഹജാഥയ്ക്ക് പ്രചാരവും ആനുകൂല്യവും ലഭിച്ചു. നിശ്ചിത ദിവസം പയ്യന്നൂരിലെത്തണം. നിയമം ലംഘിക്കണം. ഈ ഉറച്ച തീരുമാനമല്ലാതെ ഭക്ഷണത്തെപ്പറ്റിയോ വിശ്രമത്തെപ്പറ്റിയോ ജാഥാംഗങ്ങൾക്ക് വിചാരമില്ലായിരുന്നു. സ്വീകരണത്തിനും വിശ്രമത്തിനും വേണ്ടതു ചെയ്യാൻ ഞാൻ - ഞാൻ എന്ന നിലയിൽ ഉന്നത വ്യക്തികൾ മുന്നോട്ടുവന്നുകൊണ്ടിരുന്നു.

സത്യഗ്രഹജാഥ മയ്യഴിയിലൂടെ നീങ്ങുമ്പോൾ പൊലീസ് തടസ്സം സൃഷ്ടിക്കുകയുണ്ടായി. പാട്ടുപാടിക്കൊണ്ട് പോകരുതെന്ന് പൊലീസ് കല്പിച്ചു. സത്യഗ്രഹികൾ വകവെക്കാതെ സമരഗീതങ്ങൾ ഉച്ചത്തിൽ ആലപിച്ചു. പൊലീസിന് പിന്തിരിയേണ്ടി വന്നു.

ചൊക്ലി പ്രദേശത്ത് സ്വീകരണത്തിന് നേതൃത്വം വഹിച്ചത് മമ്മദ് ഹാജി എന്ന മുസ്ലീം കാരണവരാണ്. ജാഥാംഗങ്ങളെ അദ്ദേഹം മുല്ലപ്പൂമാലകളണിയിച്ചു. സ്വീകരണയോഗത്തിൽ ധാരാളം മുസ്ലീങ്ങൾ പങ്കെടുത്തു.

ജാഥയുടെ പൈലറ്റ് മൊയാരത്ത് ശങ്കരൻ സ്വീകരണത്തിലെ ആവേശകരമായ അനുഭവങ്ങൾ വിവരിക്കുന്നു....

> ത്രിവർണ്ണപതാകയും വഹിച്ച് ഉച്ചത്തിൽ മുഴുവൻ ജാഥാംഗങ്ങളും കൂടി ദേശീയഗാനവും പാടി മുന്നോട്ടുനീങ്ങി.

കുട്ടികളും നാട്ടുകാരും അനുഗമിച്ചു. ആബാലവൃദ്ധം ജനത കൗതുകപൂർവ്വം ഇരുഭാഗങ്ങളിലും അണിനിരന്നു. നടുവണ്ണൂരിൽ ജാഥയെ സ്വീകരിച്ചത് ചെറുപ്പക്കാരനായ നന്താനശ്ശേരി പരമേശ്വരൻ മൂസ്സതായിരുന്നു. പൊതുയോഗാനന്തരം അമ്പലച്ചിറയിൽ എല്ലാവരും കുളിച്ചു. അയാളുടെ വീട്ടിൽത്തന്നെ സുഖമായ ഭക്ഷണവും നല്കി. ജാതിയിൽ ബ്രാഹ്മണനായ പരമേശ്വരൻ മൂസ്സത് അംശം അധികാരിയായിരുന്നു. പുരോഗമന ചിന്താഗതിക്കാരനായ അയാൾ ജാഥയെ സ്വന്തം ഗൃഹത്തിൽ സ്വീകരിച്ചു.

സ്വീകരണ കേന്ദ്രങ്ങളിലേക്ക് മൊയാരത്ത് ശങ്കരൻ മുൻകൂട്ടി നടന്നെത്തുമായിരുന്നു. സ്വാതന്ത്ര്യത്തിനായുള്ള ആ തലമുറയുടെ ത്യാഗം അന്യാദൃശമായിരുന്നു. ലക്ഷ്യമായിരുന്നു അവരെ മുന്നോട്ട് നയിച്ചത്. ജാഥാസ്വീകരണങ്ങളിലെല്ലാം കേളപ്പന്റെ ഹ്രസ്വമായ പ്രസംഗമുണ്ടായി. ജനതയെ ദേശഭക്തിയാൽ പുളകിതരാക്കുവാൻ ഉപ്പുസമര ജാഥയ്ക്ക് കഴിഞ്ഞു. ജാഥാംഗങ്ങളെ സ്വീകരിക്കുന്നതും അവർക്ക് ഭക്ഷണം നല്കുന്നതും അഭിമാനമായി നാട്ടുകാർ കരുതി.

സത്യഗ്രഹജാഥയ്ക്ക് ഏറ്റവും വലിയ സ്വീകരണം നല്കിയത് വട്ടോളി എന്ന പ്രദേശത്താണ്. വട്ടോളി വൈദ്യരുടെ നേതൃത്തിലായിരുന്നു സ്വീകരണം. മൂവായിരത്തോളംപേർ പൊതുയോഗത്തിൽ സംബന്ധിച്ചു. ധാരാളം യുവാക്കളും സ്വീകരിക്കാനെത്തി. നാട്ടുകാർ പ്രദർശിപ്പിച്ച രാജ്യാഭിമാനം രാഷ്ട്രീയ ചരിത്രത്തിലെ പുതിയ അദ്ധ്യായം തന്നെയായിരുന്നു. വട്ടോളിയിലെ സ്വീകരണ വാർത്ത പത്രത്തിൽ വായിച്ച് മറ്റു പ്രദേശങ്ങളിലുള്ളവരും ആവേശം കൊണ്ടു. ജാഥയ്ക്ക് തങ്ങളുടെ നാട്ടിൽ കൂടുതൽ ഗംഭീരമായ സ്വീകരണം ഏർപ്പെടുത്താൻ അവർ ശ്രമിച്ചു. പുറമേരി എന്ന സ്ഥലത്തെ സ്വീകരണവും ശ്രദ്ധേയമായിരുന്നു.

തലശ്ശേരിയിൽ ആവേശകരമായ സ്വീകരണം തന്നെ ലഭിച്ചു. തിരുവങ്ങാട് വയലിൽ അമ്പലത്തിന്റെ മുന്നിലാണ് സ്വീക

രണം ഏർപ്പെടുത്തിയത്. ചെട്ടിത്തെരുവിനു സമീപം ഭക്ഷണ കാര്യങ്ങളിൽ മുന്നിട്ടിറങ്ങിയത് കച്ചവടക്കാരായ സാരസ്വത ബ്രാഹ്മണരായിരുന്നു. തലശ്ശേരി സ്വീകരണത്തിൽ ചില ദുരനുഭവങ്ങളുണ്ടായി. ചിലർ കല്ലേറു നടത്തി ജാഥാംഗങ്ങളെ പ്രകോപിപ്പിച്ചു. എന്നാൽ, വളണ്ടിയർമാർ ശാന്തരായതേയുള്ളു. കേളപ്പൻ പ്രസംഗം തുടങ്ങിയപ്പോൾ ചിലർ കൂകാൻ തുടങ്ങി. പാട്ട കൊട്ടി അപശബ്ദങ്ങളുണ്ടാക്കി. സത്യഗ്രഹികൾ നിശ്ശബ്ദം ഉറച്ചിരുന്നു. കേളപ്പൻ പ്രസംഗം തുടങ്ങി. പെട്ടെന്നവിടെ ഒരു യോദ്ധാവ് പ്രത്യക്ഷപ്പെട്ടു. കൂക്കിവിളിക്കുന്ന ഗുണ്ടകളെ അയാൾ ഒറ്റയ്ക്ക് നേരിട്ടു. കൈയും കാലും വീശി ഗുണ്ടകളെ ആക്രമിച്ചു. അടിയേറ്റവർ ജീവനും കൊണ്ടോടി. അല്പസമയത്തിനകം രംഗം ശാന്തമായി. പിന്നീട് യോഗം സമാധാനപരമായി നടന്നു. അഡ്വ. എൽ എസ് പ്രഭുവിന്റെ വീട്ടിലാണ് സത്യഗ്രഹികൾ വിശ്രമിച്ചത്.

തലശ്ശേരിയിലെത്തുമ്പോഴേക്കും വളണ്ടിയർമാരുടെ ഉടുപ്പുകൾ വളരെ മുഷിഞ്ഞിരുന്നു. ജാഥാംഗങ്ങളിൽ ഏറ്റവും പ്രായം കുറഞ്ഞ കാഞ്ഞങ്ങാട്ടെ കെ മാധവൻ വിവരിക്കുന്നു....

> സ്വീകരണത്തിനുശേഷം കിടക്കാൻ നേരത്ത് മൊയാരത്ത് ശങ്കരൻ പറഞ്ഞു - ദോബി വന്നിട്ടുണ്ട്. എല്ലാവരും മുഷിഞ്ഞ വസ്ത്രങ്ങൾ അലക്കാനായി തരണം - ഞങ്ങൾ മുഷിഞ്ഞ വസ്ത്രങ്ങളെടുത്ത് മൊയാരത്തിന് കൊടുത്തു. രാവിലെ പുറപ്പെടാൻ നേരത്ത് അലക്കിയ വസ്ത്രങ്ങൾ കൊണ്ടുവന്നു. പിന്നീടാണ് കാര്യം മനസ്സിലായത്. മൊയാരവും കുടുംബാംഗങ്ങളും ചേർന്നാണ് വസ്ത്രങ്ങൾ അലക്കിയത്. ജാഥാംഗങ്ങൾ ഇതറിഞ്ഞ് അമ്പരന്നുപോയി. മൊയാരത്തിനോട് പ്രതിഷേധിച്ചപ്പോൾ അദ്ദേഹം പറഞ്ഞു - സ്വാതന്ത്ര്യ സമരസേനാനികളുടെ വസ്ത്രമലക്കാൻ കഴിയുന്നത് ഒരു ഭാഗ്യമായി കരുതുന്നു.

തലശ്ശേരിയിലെ വിശ്രമസ്ഥലത്തേക്ക് അന്ധനായ ഒരു ഭിക്ഷ

ക്കാരൻ കടന്നുവരികയുണ്ടായി. അയാൾക്ക് കേളപ്പനെ കാണണം. അന്ന് യാചിച്ചു കിട്ടിയ നാണയം സത്യഗ്രഹ ഫണ്ടിലേക്ക് ഏല്പിക്കാനാണ് അയാൾ വന്നത്. കേളപ്പൻ അതേറ്റു വാങ്ങിയപ്പോൾ കൂടി നിന്നവരെല്ലാം കോരിത്തരിച്ചുപോയി.

5

ഉളിയത്തു കടവിൽ വിപ്ലവം

ഉപ്പുസത്യഗ്രഹ ജാഥ അപൂർവ്വമായ അനുഭവമായിരുന്നു. അടിമ ഭാരതത്തിലെ ജനത ഗാന്ധിജിയുടെ ആഹ്വാനംകേട്ട് സട കുടഞ്ഞെണീറ്റു. കോഴിക്കോടുനിന്നും പയ്യന്നൂരിലേക്ക് പുറപ്പെട്ട ജാഥ വഴിനീളെ അസാധാരണമായ സ്വീകരണം ലഭിച്ചു. നിറപ റയും നിലവിളക്കും പുഷ്പവൃഷ്ടിയും കൊണ്ടാണ് പലഗ്രാമ ങ്ങളും വരവേറ്റത്. ഗാന്ധിജി ദണ്ഡിയിലേക്ക് മാർച്ച് ചെയ്തതു പോലെയാണ് കേളപ്പൻ പയ്യന്നൂരിലേക്ക് മാർച്ച് ചെയ്തത്. ഉപ്പു സത്യഗ്രഹത്തോടെ കേളപ്പൻ കേരളഗാന്ധി എന്നറിയപ്പെട്ടു.

സ്മരിപ്പിൻ ഭാരതീയരേ-
നമിപ്പിൻ മാതൃഭൂമിയെ
മുലപ്പാൽ തന്നൊരമ്മയെ-
യെന്നാളും നാം മറക്കാമോ....?

എന്ന് സമര വളണ്ടിയർമാർ പാടിക്കൊണ്ടിരുന്നു. ശാരീരിക അവശതകൾ വകവെക്കാതെ കാൽനടയായി വന്നെത്തുന്നവർക്ക് എല്ലാ സൗകര്യങ്ങളും സ്വീകരണ കേന്ദ്രങ്ങളിൽ ഏർപ്പെടുത്തി യിരുന്നു. തിരുവിതാംകൂറിലും കൊച്ചിയിലും ജാഥ സൃഷ്ടിച്ച ഉണർവ്വ് അഭൂതപൂർവ്വമാണ്. തലശ്ശേരി വിട്ട സമരജാഥയ്ക്ക് പെര

ളശ്ശേരി, ചാല, ചൊവ്വ, കണ്ണൂർ, കല്യാശ്ശേരി, തളിപ്പറമ്പ്, പരിയാരം എന്നിവിടങ്ങളിൽ സ്വീകരണങ്ങളുണ്ടായി.

ഖദർ ജുബ്ബയും ഖദർ മുണ്ടും ഖദർ തൊപ്പിയും. പിന്നെ തോളത്ത് തൂങ്ങിനില്ക്കുന്ന ഖദർ സഞ്ചി. അതിൽ അത്യാവശ്യ സാധനങ്ങൾ. സമര വളണ്ടിയർമാർ അടിപതറാതെ നീങ്ങിക്കൊണ്ടിരുന്നു. നാടിന്റെ മോചനമാഗ്രഹിക്കുന്നവരെല്ലാം സ്വീകരണത്തിനെത്തിച്ചേർന്നിരിക്കുന്നു. കല്യാശ്ശേരിയിൽ ഉച്ചയോടടുത്താണ് ജാഥ എത്തിയത്. കല്യാശ്ശേരി എലിമെന്ററി സ്കൂളിനടുത്തുള്ള അരയാൽ ചുവട്ടിലായിരുന്നു സ്വീകരണം. എം പി കൃഷ്ണൻ നമ്പ്യാരും കെ പി ആർ ഗോപാലകൃഷ്ണനും നേതൃത്വം വഹിച്ചു.

സ്വീകരണം, ഭക്ഷണം എന്നിവയെല്ലാം കൃഷ്ണൻ നമ്പ്യാരുടെ വകയായിരുന്നു. ജാഥാംഗങ്ങളിൽ പി കൃഷ്ണപിള്ള ഏവരുടെയും സവിശേഷ ശ്രദ്ധ പിടിച്ചുപറ്റിക്കൊണ്ടിരുന്നു. മുദ്രാവാക്യം വിളിയും സമരഗീതം പാടലും അദ്ദേഹത്തിന്റെ ചുമതലയായിരുന്നു. സ്വീകരണ കേന്ദ്രത്തിലെത്തിയാലും വിശ്രമിക്കാതെ ഓരോ കാര്യവും ചെയ്യും. ഭക്ഷണത്തിനിരിക്കുമ്പോൾ ഇലയിടാനും വിളമ്പാനും സഹായിക്കും.

ഉച്ചഭക്ഷണം കഴിഞ്ഞ് അല്പവിശ്രമത്തിനുശേഷം ജാഥ തളിപ്പറമ്പിലേക്ക് പുറപ്പെട്ടു. കല്യാശ്ശേരിയിലുള്ളവർ മുദ്രാവാക്യം വിളികളോടെ ജാഥയെ പിന്തുടർന്നു. പരിയാരത്ത് ആനയുടെ അകമ്പടിയോടെയാണ് സ്വീകരണമേർപ്പെടുത്തിയത്. ആളുകളെ കണ്ട് ആന വിരണ്ടോടി. എല്ലാവരും നാലുപാടും ചിതറിയെങ്കിലും കെ മാധവനെന്ന പ്രായം കുറഞ്ഞ വളണ്ടിയർ ഓടാതെ ഉറച്ചുനിന്നു. അല്പം കഴിഞ്ഞപ്പോൾ ആന ശാന്തമായി. ലക്ഷ്യസ്ഥാനമായ പയ്യന്നൂരിലേക്ക് നൂറുകണക്കിനാളുകൾ പിന്തുടർന്നു.

ഒൻപതു ദിവസത്തെ കാൽനടയാത്രയ്ക്കുശേഷം 1930

ഏപ്രിൽ 22 ന് ജാഥ പയ്യന്നൂരിലെത്തി. പെരുമ്പപ്പുഴയ്ക്ക് പാലമില്ലാത്ത കാലമാണത്. ചങ്ങാടവും തോണിയുമാണ് ഗതാഗതത്തിനുപയോഗിച്ചത്. ജാഥ പെരുമ്പക്കടവിലെത്തുന്നതിനു മുമ്പു തന്നെ വമ്പിച്ച ജനാവലി എത്തിച്ചേർന്നിരുന്നു.

അന്തരീക്ഷം ജയ് വിളികളാൽ മുഖരിതമായി.

നിറപറയും ഭദ്രദീപവും വാദ്യഘോഷവും ഒരുക്കിയിരുന്നു. വി ജി നായനാരാണ് സ്വീകരണത്തിന് നേതൃത്വം വഹിച്ചത്. പെരുമ്പക്കടവിലെ സ്വീകരണച്ചടങ്ങിൽ ടി ഉണ്ണിക്കൃഷ്ണൻ തിരുമുമ്പും ടി വി ചാത്തുക്കുട്ടിനായരും പ്രസംഗിച്ചു. പയ്യന്നൂരങ്ങാടിയാകെ അലങ്കരിച്ചിരുന്നു. നാനാദേശങ്ങളിൽനിന്നും വന്നെത്തിയവർ സത്യഗ്രഹ വളണ്ടിയർമാരുടെ പിന്നാലെ വിശ്രമസ്ഥലത്തേക്ക് നീങ്ങി. പയ്യന്നൂർ റെയിൽവേ സ്റ്റേഷന്റെ പടിഞ്ഞാറു വശത്തുള്ള സാമുവൽ ആറോന്റെ ബംഗ്ലാവാണ് താമസിക്കാൻ വിട്ടുകൊടുത്തിരുന്നത്.

അത്യുത്തരകേരളം സ്വാതന്ത്ര്യസമരത്തിൽ എന്ന ഗ്രന്ഥത്തിൽ എ വി ശ്രീകണ്ഠപൊതുവാൾ ഉപ്പു സമരത്തെക്കുറിച്ചെഴുതുന്നു....

> ഏപ്രിൽ 23 പുലർന്നു. പ്രഭാതകൃത്യങ്ങളും പ്രാർത്ഥനയും കഴിഞ്ഞ് ആറുമണിയോടെ കേളപ്പനും സംഘവും നിയമലംഘനത്തിന് സന്നദ്ധനായി. ആവേശകരമായ ഉജ്ജ്വല പ്രസംഗത്തോടെ കൂറൂർ നീലകണ്ഠൻ നമ്പൂതിരിപ്പാട് പ്രാർത്ഥനാഗീതം പാടി. കേളോത്ത് ഭാഗത്തിനു വടക്കുപടിഞ്ഞാറായി സ്ഥിതിചെയ്യുന്നതും പരന്നുകിടക്കുന്നതുമായ ഒളവറ ഉപ്പുപടന്നയിലേക്ക് അവർ യാത്രയായി. നാനാദേശങ്ങളിൽനിന്നും എത്തിച്ചേർന്ന ജനസമൂഹം അവരെ അനുയാത്ര ചെയ്തു. മുദ്രാവാക്യം വിളികൾ ദേശീയഗാനാലാപനങ്ങളുമുയർന്നുകൊണ്ടിരുന്നു. സത്യഗ്രഹിക

ളുടെ കൈയിൽ ചിരട്ടകളും കൈച്ചാക്കുകളുമാണുണ്ടായിരുന്നത്. നഖശിഖാന്തം ആയുധമണിഞ്ഞ ബ്രിട്ടീഷ് ഗവൺമെന്റിനെതിരെ നിയമം ലംഘിക്കാൻ മുന്നേറുന്നവരുടെ കൈകളിലെ ആയുധങ്ങൾ ജനങ്ങളെ ചിന്തിപ്പിച്ചു. ചിലർ രോമാഞ്ചം കൊണ്ടു. ചിലർക്ക് അത്ഭുതമായിരുന്നു. കേളപ്പൻ മുമ്പിൽ നടന്നു. അനുയായികൾ പിന്നാലെയും. നിയമ ലംഘനമെന്നാൽ എന്തെന്നും എങ്ങനെയെന്നും ജനങ്ങൾക്കറിവില്ലായിരുന്നു. ഉപ്പുപടന്നയിൽ വിളഞ്ഞു കിടക്കുന്ന ഉപ്പു വാരിയെടുത്ത് പാവപ്പെട്ട പല കുടുംബങ്ങളും നിത്യാവശ്യം നിർവ്വഹിച്ചിരുന്നു. അവരിന്നു കാണുന്നത് പുതിയ ഒരു കാഴ്ചയാണ്.

മൊയാരത്തു ശങ്കരൻ വിവരിക്കുന്നു...

ഉപ്പുമണ്ണ് വാരിയെടുക്കാനായി പയ്യന്നൂരിൽ കൊക്കാനിശ്ശേരി വയലിന്റെ ഒരു ഭാഗം താഴക്കാട്ടു മനയ്ക്കൽ വലിയ തിരുമുമ്പിൽനിന്ന് അനുവദിപ്പിക്കുവാൻ കഴിഞ്ഞിരുന്നു. വടക്കെ മലബാറിലെ ജന്മിത്തറവാട്ടുകാരുടെയും സാമുവൽ ആറോനെപ്പോലുള്ള മുതലാളിമാരുടെയും സഹായം ഗവൺമെന്റിനെതിരായ വലിയ സമരത്തിൽ ലഭിച്ചിരുന്നു. സി എച്ച് ഗോവിന്ദൻ നമ്പ്യാരാണ് എല്ലാം ഏർപ്പാടാക്കിയത്. അന്നദ്ദേഹം വടക്കേ മലബാർ ജില്ല സെക്രട്ടറിയായിരുന്നു. ഏപ്രിൽ 23-ാം തീയതി രാവിലെ കേളപ്പൻ വളണ്ടിയർമാരോടൊപ്പം ഘോഷയാത്രയായി നീങ്ങി. കൊക്കാനിശ്ശേരി പടിഞ്ഞാറേ വയലിൽ നിലത്ത് വ്യാപിച്ചുകിടന്ന ഉപ്പുമണ്ണ് ചിരട്ടകൊണ്ട് ചുരണ്ടിയെടുത്ത് കൈച്ചാക്കിലാക്കി. ക്യാമ്പിൽ കൊണ്ടുവന്ന് വെള്ളത്തിൽ കലക്കി അടിയിലൂറിയ മണ്ണ് കളഞ്ഞ് ഉപ്പുവെള്ളം കുറുക്കി വറ്റിച്ച് പാത്രത്തിന്റെ അടിയിൽ അവശേഷിച്ച ഉപ്പ് തുടച്ചെടുത്ത് ചെറിയ

ചെറിയ പൊതികളിലാക്കി നിർമ്മാല്യം പോലെ ജനങ്ങൾക്ക് വിതരണം ചെയ്തു.

എ വി ശ്രീകണ്ഠ പൊതുവാളുടെ വിവരണം തുടരുന്നു....

ഉപ്പ് മണ്ണ് ചുരണ്ടിയെടുത്ത് കൈസഞ്ചിയിലിട്ട ശേഷം കേളപ്പൻ പറഞ്ഞു - ഇപ്പോൾ ശേഖരിച്ച ഉപ്പ് ശുദ്ധിയാക്കി വൈകുന്നേരം വിതരണം ചെയ്യുന്നതാണ്. ലേലത്തിൽ പങ്കുകൊള്ളാൻ എല്ലാവരും എത്തിച്ചേരണം. അദ്ദേഹം ധർമ്മ ഭടന്മാരോടൊപ്പം ക്യാമ്പിലേക്ക് മടങ്ങി. ജനങ്ങൾ പിരിഞ്ഞുപോയി. ഉച്ചയ്ക്കുശേഷം ഉപ്പുവെള്ളം കുറുക്കുകയായിരുന്നു. ആ സമയം പൊലീസുകാർ അവിടെയെത്തി. വളണ്ടിയർമാരും ജനങ്ങളും കാവൽവലയം സൃഷ്ടിച്ചു. ഉപ്പുകുറുക്കുന്നിടത്തേക്ക് അടുക്കാൻ സമ്മതിച്ചില്ല. പൊലീസുകാർ കുറെനേരം നിന്നശേഷം തിരികെ പോയി. കുറുക്കിയെടുത്ത ഉപ്പ് പൊതികളിലാക്കി ലേലത്തിന് തയ്യാറാക്കി. കേളപ്പൻ ഒരു പൊതി ഉയർത്തിപ്പിടിച്ച് ലേലം വിളിച്ചു. ആദ്യപേക്കറ്റ് ഇരുപത്തിയഞ്ചുരൂപയ്ക്ക് ലേലത്തിൽ പോയി. ലേലം കൊണ്ടവർ അമൂല്യ വസ്തുപോലെ അത് വീട്ടിൽ കൊണ്ടുപോയി സൂക്ഷിച്ചുവച്ചു.

രാമന്തളി പൂച്ചാൽ കടപ്പുറത്ത് വച്ചാണ് ആദ്യ ദിവസം ഉപ്പുകുറുക്കി നിയമം ലംഘിച്ചതെന്നും അടുത്ത ദിവസം തൊട്ടാണ് ഉളിയത്തു കടവിലേക്ക് മാറിയതെന്നും *പയ്യന്നൂർ ചരിത്രവും സമൂഹവും* എന്ന ഗ്രന്ഥത്തിൽ ചൂണ്ടിക്കാട്ടുന്നുണ്ട്.

ഏപ്രിൽ 24 നും ഉപ്പുമണ്ണ് ശേഖരിക്കലും ഉപ്പുണ്ടാക്കലും നടന്നു. അന്നത്തെ ലേലം നടന്നത് പയ്യന്നൂരങ്ങാടിയിൽ വച്ചാണ്. വിദേശവസ്ത്ര ഷോപ്പ് പിക്കറ്റിങ്, മദ്യഷോപ്പ് പിക്കറ്റിങ് എന്നിവയും ആ ദിവസം നടന്നു. പയ്യന്നൂരിലെ പ്രമുഖരെല്ലാ

അന്ന് തങ്ങളുടെ പക്കലുള്ള വിദേശവസ്ത്രങ്ങളുമായാണ് പൊതുയോഗ സ്ഥലത്തെത്തിയത്. അത് പരസ്യമായി കത്തിച്ചു.

കേരളത്തിന്റെ നാനാഭാഗത്തുനിന്നും ജനങ്ങൾ പയ്യന്നൂർ സത്യഗ്രഹ ക്യാമ്പിലേക്ക് വന്നുകൊണ്ടിരുന്നു. പയ്യന്നൂരും പരിസരങ്ങളിലുമുള്ളവർ ഉപ്പുസമരകേന്ദ്രം സന്ദർശിക്കുകയും ഒരു നുള്ള് ഉപ്പ് പരല് വാരിയെടുത്ത് സത്യഗ്രഹത്തോടനുഭാവം പ്രകടിപ്പിക്കുകയും ചെയ്തു.

പാലക്കാട്ടുനിന്ന് ടി ആർ കൃഷ്ണസ്വാമി അയ്യരുടെയും ആർ വി ശർമ്മയുടെയും നേതൃത്വത്തിൽ ഒരു സംഘം വളണ്ടിയാർമാർ പയ്യന്നൂരിലെത്തി നിയമലംഘനത്തിൽ പങ്കുകൊണ്ടു. തിരുവിതാംകൂറിൽനിന്നും പൊന്നറ ശ്രീധറിന്റെ നേതൃത്വത്തിലാണ് വളണ്ടിയർ സംഘം പുറപ്പെട്ടത്.

ഉപ്പ് നിയമലംഘനത്തെ എങ്ങനെ നേരിടും എന്ന് സർക്കാർ ചിന്തിച്ചു. നാടാകെ ഇളക്കി മറിച്ച് നടത്തുന്ന സമരമാണ് ദണ്ഡിയിൽ നിയമലംഘനം നടത്തിയ ഗാന്ധിജിപോലും ഇതുവരെ അറസ്റ്റിലായിട്ടില്ല. ഉപ്പുമണ്ണ് വാരിയെടുക്കുന്നത് തടയുക എന്ന നയമാണ് അധികാരികൾ സ്വീകരിച്ചത്. ഇതിന്റെ ഭാഗമായി ഉപ്പുപരലുകൾ ശേഖരിക്കാൻ കഴിയാത്തവിധം ഉപ്പുപാടങ്ങൾ ഉഴുതു മറിച്ചിട്ടു.

ലേലം ചെയ്തു വില്ക്കുന്ന ഉപ്പിനെതിരെ കള്ളപ്രചരണം നടത്തുകയായിരുന്നു മറ്റൊന്ന്. മലബാർ കളക്ടർ ഇ എം ഗോൺ ഇതു സംബന്ധിച്ച് ഒരു പ്രസ്താവനയിറക്കി. അതിങ്ങനെയായിരുന്നു:

> പയ്യന്നൂരിൽ വച്ച് നിയമം ലംഘിക്കുന്നവരെ അറസ്റ്റുചെയ്യാത്തതെന്തുകൊണ്ടെന്ന് ചോദിക്കുന്നവരുണ്ടാകും. വളണ്ടിയർമാർ ഇതുവരെയും ഉപ്പുനിയമം ലംഘിച്ചിട്ടില്ലെന്നതാണ് കാരണം. ഉപ്പുപാടത്തുനിന്ന് വാരിയെടുക്കുന്ന മണ്ണിൽ

> നിന്നുണ്ടാകുന്ന ഉപ്പല്ല ലേലം ചെയ്തു വില്ക്കുന്നത്. പീടികയിൽനിന്ന് നികുതിയെടുത്ത് വാങ്ങിയ ഉപ്പ് കലക്കിക്കുറുക്കി കള്ള ഉപ്പുണ്ടാക്കിയാണ് വില്ക്കുന്നത്. സർക്കാരിന് നികുതി നഷ്ടപ്പെടുന്നില്ല. അതിനാൽ അവർ കുറ്റം ചെയ്യുന്നില്ല. കുറ്റം ചെയ്യാത്തവരെ പിടിച്ച് ഗവൺമെന്റ് ചെലവിൽ താമസിപ്പിക്കാൻ ഉദ്ദേശിക്കുന്നില്ല....

കളക്ടറുടെ കള്ള പ്രസ്താവന ജനം വിശ്വസിച്ചില്ല. അവർ കൂടുതൽ കൂടുതൽ ആവേശത്തോടെ സമരവേദിയിലേക്ക് മാർച്ച് ചെയ്തു.

ഉപ്പുപാടം ഉഴുതുമറിച്ചപ്പോൾ അടുത്ത സ്ഥലമെവിടെ എന്ന് നേതാക്കളാലോചിച്ചു. കുഞ്ഞിമംഗലം പുഴക്കരയിലേക്ക് സത്യഗ്രഹം മാറ്റാൻ തീരുമാനിച്ചു. വിഷ്ണുഭാരതീയന്റെ വീട്ടിലാണ് വളണ്ടിയർ ക്യാമ്പ് തുറന്നത്. കുഞ്ഞിമംഗലത്തെ ജനങ്ങളാകെ സമരത്തിൽ പങ്കാളികളായി. മൂന്നുദിവസം കുഞ്ഞിമംഗലം പുഴക്കരയിൽ സമരം നടന്നു. പിന്നെ രാമന്തളി കടപ്പുറത്തേക്ക് മാറ്റി.

രാമന്തളി കടപ്പുറത്ത് വച്ചാണ് ഉപ്പുവെള്ളം കുറുക്കിയത്. ചട്ടി വെക്കുന്നതിനായി മുക്കാലികൾ സ്ഥാപിച്ചിരുന്നു. നിരനിരയായി നിർത്തിയ ചട്ടികളിൽ കടൽ വെള്ളം ഒഴിച്ചു. താഴെ തീ കത്തിച്ചു. അങ്ങനെ ഉപ്പുകുറുക്കൽ ആരംഭിച്ചു. പെട്ടെന്ന് പൊലീസ് പാഞ്ഞെത്തി. അവരാദ്യം തന്നെ ചട്ടികൾ തല്ലിപ്പൊട്ടിച്ചു. ഇത് കണ്ട് വളണ്ടിയർമാരും ജനങ്ങളും പാഞ്ഞെത്തി കൈകൾ ചേർത്തുപിടിച്ച് കാവൽനിന്നു. തല്ലിപ്പൊട്ടിച്ച ചട്ടികൾക്കു പകരം പുതിയ ചട്ടികൾ കൊണ്ടുവന്നു. അതിൽ കടൽ വെള്ളമൊഴിച്ച് കുറുക്കി. പൊലീസിന് വലയം ഭേദിക്കാനായില്ല. കുറുക്കിയെടുത്ത ഉപ്പുംകൊണ്ട് കേളപ്പനും സംഘവും ക്യാമ്പിലേക്ക് മടങ്ങി. രണ്ടു ദിവസം ഈ രീതിയിൽ സമരം നീങ്ങി. അടുത്ത ദിവസം ഉപ്പ് ലേലം ചെയ്യാനൊരുങ്ങിയപ്പോൾ

പൊലീസ് ലാത്തിച്ചാർജ്ജ് തുടങ്ങി. ജനം ചിതറിയെങ്കിലും നേതാക്കൾ ഉറച്ചുനിന്നു. സി എച്ച് ഗോവിന്ദൻ നമ്പ്യാർ, മൊയാരത്തു ശങ്കരൻ, ടി എസ് തിരുമുമ്പ്, പി സി കെ അടിയോടി, എ ലക്ഷ്മണ ഷേണായി, മാക്കുനി ശങ്കരൻ നമ്പ്യാർ, വിഷ്ണു ഭാരതീയൻ എന്നിവരെ അറസ്റ്റ് ചെയ്തു. കോടതിയിൽ ഹാജരാക്കിയ അവരെ ആറു മാസം കഠിനതടവിന് ശിക്ഷിച്ചു.

6

കടപ്പുറത്ത് കൊടുങ്കാറ്റ്

ഉപ്പുസമരത്തിന്റെ അതിതീക്ഷ്ണത പ്രകടമായത് കോഴിക്കോട് കടപ്പുറത്താണ്. പതുക്കെ പതുക്കെ നടന്ന നിയമലംഘനം അവിടെ കൊടുങ്കാറ്റായി ആഞ്ഞടിച്ചു. ആ കൊടുങ്കാറ്റിളക്കി വിട്ടത് പി കൃഷ്ണപിള്ളയാണ്. കോഴിക്കോടുനിന്നും പയ്യന്നൂരിലേക്കുള്ള സമര വളണ്ടിയർമാരിൽ ആവേശത്തിന്റെ തിരയടിയുയർത്തി കൃഷ്ണപിള്ള ഉപ്പുസത്യഗ്രഹത്തിലെ ചടുല സാന്നിദ്ധ്യമായിരുന്നു.

1930 മെയ് 12 നാണ് കോഴിക്കോട് കടപ്പുറം ഇളകിമറിഞ്ഞത്. ഉപ്പുസമരം പയ്യന്നൂരിൽ മാത്രം ഒതുങ്ങരുതെന്ന് കെ പി സി സി ചിന്തിച്ചു. സമീപപ്രദേശങ്ങളിലേക്കെല്ലാം വ്യാപിപ്പിക്കണം. നാടാകെ ഈ ധർമ്മസമരത്തിൽ പങ്കുചേരണം. പയ്യന്നൂർ ക്യാമ്പിൽനിന്നും കേളപ്പനും കൃഷ്ണപിള്ളയും നേതൃത്വം നല്കിയ അൻപതു പേർ കോഴിക്കോട്ടെത്തിച്ചേർന്നു. സമരം ലംഘിക്കേണ്ട രീതിയെപ്പറ്റി ആഴത്തിൽ ചർച്ച ചെയ്തു. പൊലീസ് വന്നാൽ എങ്ങനെ ചെറുത്തുനില്ക്കണമെന്നും ആലോചിച്ചു. ഇതിനുവേണ്ടി ഒരു ട്രയൽ പരീക്ഷിക്കുകയുണ്ടായി. അടുപ്പുകൂട്ടി ചട്ടിയിൽ വെള്ളംവച്ച് തീ കത്തിച്ചാണ് കുറുക്കേണ്ടത്. പൊലീസ് വന്നാൽ ആദ്യം തന്നെ ചട്ടികൾ തല്ലിയുടയ്ക്കും. അതനുവദിച്ചുകൂടാ. എന്തുവില കൊടുത്തും നിയമ

ലംഘനം മുന്നോട്ട് കൊണ്ടുപോകണം.

മലബാർ കളക്ടറുടെ ആസ്ഥാനം കോഴിക്കോടായിരുന്നു. പയ്യന്നൂർ സമരത്തെ പൊളിക്കാൻ കളക്ടർ വ്യാജപ്രചരണം അഴിച്ചുവിട്ടിരുന്നു. പയ്യന്നൂരിൽ നിന്നുണ്ടാക്കിയത് കടൽവെള്ളത്തിലെ ഉപ്പല്ലെന്നും അങ്ങാടിയിൽനിന്ന് നികുതി കൊടുത്തു വാങ്ങിയ ഉപ്പ് കലക്കി കുറുക്കിയെടുത്തതാണെന്നും അദ്ദേഹം പ്രസ്താവിച്ചു. കേളപ്പനെയും കൃഷ്ണപിള്ളയെയും ഇത് പ്രകോപിപ്പിച്ചു. സത്യഗ്രഹത്തെ പരിഹസിച്ച കളക്ടർക്ക് ചുട്ട മറുപടി നല്കണമെന്ന് നേതാക്കൾ നിശ്ചയിച്ചു. തങ്ങളുണ്ടാക്കുന്നത് കടൽവെള്ളത്തിലെ ഉപ്പാണെന്ന് കളക്ടറെ ബോദ്ധ്യപ്പെടുത്തുകയും വേണം.

കോഴിക്കോട് കടപ്പുറം സമരകേന്ദ്രമായി തെരഞ്ഞെടുത്തത് ഈ ഉദ്ദേശ്യത്തോടെയാണ്.

1930 മെയ് 12 ന്റെ പ്രഭാതത്തിൽ കുളിച്ചൊരുങ്ങിയ സമര വളണ്ടിയർമാർ കടപ്പുറത്തേക്ക് മാർച്ചു ചെയ്തു. കേളപ്പനും അബ്ദു റഹിമാൻ സാഹിബും മുന്നിൽ. കൃഷ്ണസ്വാമി അയ്യരും മാധവാരും ആർ വി ശർമ്മയും തൊട്ടുപിന്നിൽ. എല്ലാവരെ ആവേശം കൊള്ളിച്ച് പാടിക്കൊണ്ട് ത്രിവർണ്ണപതാക ഉയർത്തിപ്പിടിച്ച് കൃഷ്ണപിള്ളയും. അടിവച്ചടിവച്ചുള്ള നീക്കം. നൂറുകണക്കിനാളുകൾ പിന്നാലെ ഒഴുകുന്നു. മാർച്ച് എത്തുന്നതിനു മുമ്പുതന്നെ കടപ്പുറം ജനങ്ങളെക്കൊണ്ട് നിറഞ്ഞു കവിഞ്ഞു.

കോഴിക്കോട് വലിയങ്ങാടി വഴി ജാഥ കടപ്പുറത്തേക്ക് നീങ്ങി. പൊലീസ് സംഘം ശക്തമായ പ്രതിരോധം തീർത്ത് എന്തിനും ഒരുങ്ങി നില്ക്കുന്നു.

കടപ്പുറത്ത് ഇഷ്ടികകൾകൊണ്ട് അടുപ്പുകൾ കൂട്ടിയിരുന്നു. കേളപ്പനും സംഘവും അടുപ്പുകൾക്കരികിൽ നിലയുറപ്പിച്ചു. ഒരു വളണ്ടിയർ പാത്രവുമായി കടലിലിറങ്ങി. ഉപ്പുവെള്ളം കോരിക്കൊണ്ടുവന്നു. അത് മൺചട്ടികളിലൊഴിച്ചു. ചട്ടികൾക്കു കീഴെ തീ കത്തിച്ചു. ജനങ്ങൾ ഉറക്കെ മുദ്രാവാക്യം വിളിച്ചു. ചട്ടികളിൽ കുറുക്കുന്നത് ബ്രിട്ടീഷാധിപത്യമാണ്. ഒടുവിൽ അവശേഷിക്കുന്നത് സ്വാതന്ത്ര്യത്തിന്റെ വെൺപരലുകളാണ്.

പെട്ടെന്ന് പൊലീസ് സൂപ്രണ്ട് മുന്നോട്ടുവന്നു. കേളപ്പനെയും അബ്ദു റഹിമാനെയും നോക്കിപ്പറഞ്ഞു – 'നിങ്ങൾ നടത്തുന്ന നിയമവിരുദ്ധ സമരമാണ്. ഉടൻ പിരിഞ്ഞു പോകണം.'

'ഞങ്ങൾ നടത്തുന്നത് ധർമ്മ സമരമാണ്. പിരിഞ്ഞു പോകാനല്ല ഞങ്ങൾ വന്നത്. ദൗത്യം പൂർത്തിയാക്കാനാണ്' – നേതാക്കൾ പറഞ്ഞു.

പൊലീസ് സൂപ്രണ്ടിന് ആ മറുപടി ഇഷ്ടപ്പെട്ടില്ല. അയാളുടൻ തന്നെ ഗർജ്ജിച്ചു.... ചാർജ്ജ്?

ലാത്തിയേന്തിയ പൊലീസ് മുന്നോട്ടാഞ്ഞു. സമര ഭടന്മാർ ഓടിപ്പോകാതെ കൈകൾ പരസ്പരം ചേർത്തുകൊണ്ട് ചെറുത്തു. പൊലീസ് ഉന്തും തള്ളും ചവിട്ടും നടത്തി. ഉപ്പു ചട്ടികൾ അവർ ചവിട്ടിപ്പൊട്ടിച്ചു. ലാത്തിത്തല്ലേറ്റ് ഭടന്മാരിൽ പലരും വീണു. അബ്ദു റഹിമാൻ സാഹിബിന്റെ കഴുത്തിൽ ലാത്തികളിറുക്കി പീഡിപ്പിച്ചു.

കൊടി ഉയർത്തിപ്പിടിച്ചിരുന്നത് കൃഷ്ണപിള്ളയായിരുന്നു.

അദ്ദേഹത്തെ അതിക്രൂരമായി മർദ്ദിച്ചു. നിലത്തിട്ട് ചവിട്ടി വലിച്ചു. എങ്കിലും പതാക കൈവിട്ടില്ല. ഇരുകൈകൾ കൊണ്ടും അത് നെഞ്ചോട് ചേർത്തു പിടിച്ചു. അറസ്റ്റു ചെയ്തിരിക്കുന്നു എന്നു പറയുന്നതുവരെ കൃഷ്ണപിള്ള ചെറുത്തുനിന്നു. അറസ്റ്റു ചെയ്താൽ പിന്നെ ചെറുത്തുനില്ക്കരുതെന്ന് ഗാന്ധിജി പറഞ്ഞിരുന്നു.

കോഴിക്കോട്ടെ സമര വളണ്ടിയർമാരിൽ ഏറ്റവും പ്രായം കുറഞ്ഞ ആൾ കാഞ്ഞങ്ങാട്ടെ കെ മാധവനായിരുന്നു. അദ്ദേഹം ആത്മകഥയിൽ കോഴിക്കോട്ടെ സമരം വിവരിക്കുന്നുണ്ട്.

മൊയാരത്തു ശങ്കരൻ തുടർന്നുള്ള സംഭവങ്ങൾ വിശദമാക്കുന്നു. അദ്ദേഹം ജയിലിൽ നിന്നിറങ്ങിയശേഷം കോഴിക്കോട് സമരത്തിന്റെ ചുമതലക്കാരനായി. പരിസരങ്ങളിലെല്ലാം സഞ്ചരിച്ച് അദ്ദേഹം സമരത്തിലേക്ക് ജനങ്ങളെ നയിച്ചു. നിത്യേന കോഴിക്കോട് നിരോധനാജ്ഞ ലംഘിച്ച് പ്രകടനം നടത്തി.

ഉപ്പുനിയമ ലംഘനത്തിന്റെ അന്ത്യഭാഗം കണ്ണൂരിനേക്കാൾ

> ഊർജ്ജിതമായി നടന്നത് കോഴിക്കോട്ടായിരുന്നു. കൊച്ചിയിലെ അദ്ധ്യാപക ജോലി വിട്ട് കോഴിക്കോട്ടെത്തിയ എം കാർത്ത്യായനിമ്മ തക്ലിന്തല്പും ഖദർ പ്രചാരണവും നടത്തിക്കൊണ്ടിരുന്നു. മിസിസ് പാവമണിയും കുഞ്ഞിക്കാവമ്മയും കൊടി വില്പന നടത്തി. കെ കേശവൻനായർ, കോഴിപ്പുറത്തു മാധവമേനോൻ, സുന്ദരയ്യ എന്നിവരുടെ നേതൃത്വത്തിൽ ബാലസംഘം കുട്ടികൾ ഘോഷയാത്രകൾ സംഘടിപ്പിച്ചു. എല്ലാറ്റിനുമുപരിയായി മാധവവൻ നായരുടെയും വി അച്ചുതന്റെയും സാമർത്ഥ്യപൂർവ്വമായ നേതൃത്വത്തിൽ നടന്ന കല്ലായിയിലെയും മറ്റും പൊലീസ് മർദ്ദനത്തിന്റെ ചരിത്രത്തിലെ പ്രസിദ്ധമായ മദ്യഷാപ്പ് പിക്കറ്റിങ് – കോഴിക്കോട് പ്രവർത്തനങ്ങൾ ഊർജ്ജിതമായിരുന്നു.

ധാരാസനാ ഉപ്പുഡിപ്പോ കൈയേറ്റത്തിന്റെ വാർത്തകളാണ് കോഴിക്കോട് സമരത്തിന് ഉശിരും ജീവനും നല്കിയത്. ഗുജറാത്ത് സർക്കാരിന്റെ ഉടമസ്ഥതയിലുള്ളതായിരുന്നു ധാരാസന ഉപ്പുഡിപ്പോ. പ്രകൃതിയുടെ വരദാനമായ ഉപ്പ് ഗോഡൗണിൽ അടച്ചുവെക്കാനുള്ളതല്ലെന്ന് ഗാന്ധിജി ചൂണ്ടിക്കാട്ടിയിരുന്നു.

1930 മെയ് 21 ന് ധാരാസനയിലെ സംഭവങ്ങൾ റിപ്പോർട്ട് ചെയ്യാൻ *ന്യൂഫ്രീമാൻ* എന്ന അമേരിക്കൻ പത്രത്തിന്റെ പ്രതിനിധി എത്തിയിരുന്നു. വെബ്ബ്മില്ലർ എന്നായിരുന്നു അദ്ദേഹത്തിന്റെ പേര്. അദ്ദേഹത്തിന്റെ വിവരണം നോക്കുക....

> കഴിഞ്ഞ പതിനെട്ടു വർഷമായി ഞാൻ ഈ രംഗത്ത് പ്രവർത്തിക്കുന്നു. പല യുദ്ധങ്ങളും കലാപങ്ങളും ഞാൻ കാണുകയും റിപ്പോർട്ട് ചെയ്യുകയും ചെയ്തിട്ടുണ്ട്. എന്നാൽ, ധാരാസനയിലേതു പോലൊരു യുദ്ധരംഗം ഞാൻ ദർശിച്ചിട്ടില്ല. ഇത്രയും മനോവീര്യമുള്ള ജനതയെ എനിക്ക് കാണാൻ കഴിഞ്ഞിട്ടില്ല. ധാരാസനാ ഉപ്പുശേഖരം സംരക്ഷിത വലയത്തിനുള്ളിലാണ്. ചുറ്റും ജലശേഖരങ്ങൾ, കനാലുകൾപോലെ വെട്ടിക്കുഴിച്ചുണ്ടാക്കിയ ജലസംഭരണികൾ. മനുഷ്യേർക്ക് കടന്നു വരാൻ പറ്റുന്നതിലും

ഇരട്ടി വിസ്തൃതിയിൽ. അതിനുചുറ്റും ഇരുമ്പുകമ്പി കൊണ്ടുള്ള മുള്ളുവേലി. ഉപ്പുശേഖരം സംരക്ഷിക്കാൻ നാനൂറിൽപ്പരം പൊലീസുകാർ. നിറതോക്കുമായി അവരെ നിയന്ത്രിക്കാൻ വെള്ളക്കാരായ പന്ത്രണ്ടു പൊലീസ് മേധാവികൾ. അകലെ ഒരു കുന്നിൻ പുറത്ത് സജ്ജമാക്കി നിർത്തിയ പട്ടാളം.

സത്യഗ്രഹികൾ മുന്നോട്ട് നീങ്ങി. കൈയിൽ ത്രിവർണ്ണപതാക. ശുഭ്രവസ്ത്രം. വെള്ളത്തൊപ്പി. അടിവരയിട്ടു പറയേണ്ട പ്രത്യേകത ഞാൻ കണ്ടത് അവരുടെ അച്ചടക്കമായിരുന്നു. ഗാന്ധിജിയുടെ അഹിംസാതത്ത്വം ഉയിർകൊണ്ട പ്രതിരൂപങ്ങളെപ്പോലെ. പൊലീസുകാർ സത്യഗ്രഹികളോട് പിരിഞ്ഞു പോകാനാവശ്യപ്പെട്ടു. അവർ കൂട്ടാക്കിയില്ല. അപ്പോൾ നാടൻ പൊലീസുകാർ നീണ്ട ബാറ്റൻവടികളുമായി അവരെ ആക്രമിക്കാൻ വന്നു. ഉരുക്കു കെട്ടിയ നീളൻ വടികൊണ്ട് സത്യഗ്രഹികളുടെ തലകൾ ലക്ഷ്യംവച്ച് മർദ്ദനം തുടങ്ങി. പ്രതിരോധിക്കാൻ വേണ്ടി ഒരൊറ്റ സത്യഗ്രഹിപോലും കൈ ഉയർത്തിയില്ല. തലപൊട്ടി രക്തം വാർന്നൊഴുകിയപ്പോഴും അവർ ആർത്തനാദം മുഴക്കുകയോ ഞരങ്ങുകയോ ചെയ്തില്ല. അവർ ധരിച്ചിരുന്ന ശുഭ്രവസ്ത്രങ്ങളിലേക്ക് നീരൊഴുക്കുപോലെ രക്തം താഴ്ന്നിറങ്ങിയപ്പോഴും അവർ അസുഖകരമായ എന്തെങ്കിലും ശബ്ദം മുഴക്കിയതായി ഞാൻ കേട്ടില്ല. അവർ വാതോരാതെ ഗാന്ധിജിക്ക് ജയ് വിളിക്കുകയും 'ഭാരത് മാതാ കി ജയ്' എന്ന് മുദ്രാവാക്യം മുഴക്കുകയും ചെയ്തു.

ഇത്തിരി നിമിഷങ്ങൾക്കുശേഷം സത്യഗ്രഹികൾ അടിയേറ്റു വീണു. വീണവരെ ഒരു കൂട്ടം ആളുകൾ മഞ്ചലുമായി വന്നു വഹിച്ചുകൊണ്ടുപോയി. അപ്പോഴേക്കും പകരക്കാർ വന്നു കഴിഞ്ഞു. ഒരു രാജ്യവും അതിലെ ജനങ്ങളും എത്രമാത്രം ബന്ധപ്പെട്ടു നില്ക്കുന്നു എന്നു കാണിക്കാൻ ഇതുപോലൊരുദാഹരണം വേറെ ലഭിക്കില്ലെന്ന് എനിക്കപ്പോൾ തോന്നി.

ഉപ്പുസമരത്തിന്റെ ലക്ഷ്യം ബഹുജനങ്ങളുടെ ദാരിദ്ര്യത്തിന് പരിഹാരം ഉണ്ടാക്കലായിരുന്നു. നാടിന്റെ ദേശീയ ബോധത്തെ അളക്കേണ്ടത് ജനങ്ങൾ വഹിച്ച പങ്കിനെ ആസ്പദമാക്കിയാണ്. രാജ്യത്തിനുവേണ്ടി ദേശാഭിമാനികൾ ലാത്തിത്തല്ലും ജയിൽവാസവും വരിച്ചു. ദേശീയ വികാരം അടുക്കളെവരെ ചെന്നെത്തി. ജനങ്ങളുടെ ആവേശം കുതിച്ചു കയറുകയായിരുന്നു. അക്രമം ഭയന്ന് ഓടിപ്പോകാതെ ഉറച്ചുനിന്നവർ ഭാരതത്തിന്റെ സ്വാതന്ത്ര്യബോധം ഉയർത്തിപ്പിടിച്ചു. ഓരോ പൊതി ഉപ്പും ജനഹൃദയങ്ങളെ രാജ്യത്തിനായി ത്യാഗം ചെയ്യാൻ പ്രേരിപ്പിച്ചു.

1931 മാർച്ച് 5 ന് ഗാന്ധിജിയും ഇർവിൻ പ്രഭുവും സന്ധിയിൽ ഒപ്പുവച്ചു. അതോടെ ഉപ്പുസമരം പിൻവലിച്ചു. സർക്കാർ ഉപ്പുനിയമം പിൻവലിക്കുകയും ചെയ്തു.

9 789386 637000

Printed by Libri Plureos GmbH in Hamburg,
Germany